വിജ്ഞാനവർഷം

പുസ്തകം 57

സമകാലിക ഗണിതശാസ്ത്രം

ബീജഗണിതം മുതൽ

samakalika ganithasasthram
beejaganitham muthal

•

dr. m jathavedan

•

first edition
october 2009

•

second edition
october 2012

•

typesetting & published
chintha publishers, thiruvananthapuram

•

printed
akshara offset, thiruvananthapuram

•

cover
krishnaraj

•

price
rupees seventy five only

വിതരണം

ദേശാഭിമാനി ബുക്ക് ഹൗസ്
H O തിരുവനന്തപുരം–695 035
www.chinthapublishers.com
chinthapublishers@gmail.com

ബ്രാഞ്ചുകൾ

ഹെഡ്ഡാഫീസ് കുന്നുകുഴി • ഓവർബ്രിഡ്ജ് തിരുവനന്തപുരം • കെ എസ് ആർ ടി സി ബസ് സ്റ്റേഷൻ ആലപ്പുഴ • കെ എസ് ആർ ടി സി ബസ് സ്റ്റേഷൻ എറണാകുളം • മച്ചിങ്ങൽ ലെയ്ൻ തൃശൂർ • ഐ ജി റോഡ് കോഴിക്കോട് • കെ എസ് ആർ ടി സി ബസ് സ്റ്റേഷൻ കോഴിക്കോട് • എൻ ജി ഒ യൂണിയൻ ബിൽഡിങ് കണ്ണൂർ • സെൻട്രൽ ബസ് ടെർമിനൽ കോംപ്ലക്സ് താവക്കര കണ്ണൂർ

CR - VV.57 / 1169 / 3033

സമകാലിക ഗണിതശാസ്ത്രം

ബീജഗണിതം മുതൽ

ഡോ. എം ജാതവേദൻ

ചിന്ത പബ്ലിഷേഴ്സ്
തിരുവനന്തപുരം-695 035
വില : ` 75

ഡോ. എം ജാതവേദൻ

1950 ൽ തൃശൂർ ജില്ലയിലെ ഒല്ലൂക്കരയിൽ ജനനം. ശ്രീകൃഷ്ണപുരത്ത് (പാലക്കാട് ജില്ല) മാടമ്പിമന അംഗമാണ്. അച്ഛൻ ശ്രീ എം സി നീലകണ്ഠൻ നമ്പൂതിരി. അമ്മ: ശ്രീമതി സാവിത്രി.

സ്കൂൾ വിദ്യാഭ്യാസം ഒല്ലൂക്കര, മണ്ണാർക്കാട് എന്നിവിടങ്ങളിൽ. കോളേജ് വിദ്യാഭ്യാസം തൃശൂർ സെന്റ്തോമസ് കോളേജിൽ. ബിരുദാനന്തര ബിരുദത്തിനുശേഷം ഗവേഷണം കുരുക്ഷേത്ര റീജിയണൽ എഞ്ചിനീയറിങ്ങ് കോളേജിലെ (ഇപ്പോൾ നാഷണൽ ഇൻസ്റ്റിറ്റ്യൂട്ട് ഓഫ് ടെക്നോളജി) ഗണിതശാസ്ത്രവകുപ്പിൽ. കാന്തശക്തിയുള്ള ദ്രാവകങ്ങളുടെ ബലതന്ത്രത്തെക്കുറിച്ചുള്ള പഠനത്തിന് ഡോക്ടറേറ്റ്. അതിനുശേഷം ഒരുവർഷക്കാലം ചെന്നൈ ഇന്ത്യൻ ഇൻസ്റ്റിറ്റ്യൂട്ട് ഓഫ് ടെക്നോളജിയിൽ സമുദ്രശാസ്ത്ര ഗവേഷണരംഗത്ത് റിസർച്ച് അസോസിയേറ്റ്. 1978 മുതൽ കൊച്ചി ശാസ്ത്രസാങ്കേതിക സർവകലാശാലയിലെ ഗണിതശാസ്ത്രവകുപ്പ് പ്രൊഫസർ. 2004-07 കാലത്ത് വകുപ്പുമേധാവിയായിരുന്നു.

ഗവേഷണരംഗം - ദ്രവബലതന്ത്രവും അനുബന്ധവിഷയങ്ങളും. അധ്യാപന ഗവേഷണരംഗങ്ങളിലെന്നപോലെ സംഘടനാരംഗത്തും തൽപ്പരൻ.

ഭാര്യ : കുമരപുരം കോവിലകാംഗമായ ശാരദ

മക്കൾ : അഡ്വ. ജതീൻ, ആതിര, നമിത (എം ജി യൂണിവേഴ്സിറ്റി വിദ്യാർഥി യൂണിയൻ ജനറൽ സെക്രട്ടറി)

പ്രസാധകക്കുറിപ്പ്

വിജ്ഞാനവർഷം പുസ്തകപദ്ധതിയിൽ ഗണിതശാസ്ത്ര സംബന്ധിയായ രണ്ടു പുസ്തകങ്ങളിൽ രണ്ടാമത്തേതാണിത്. *ഗണിതശാസ്ത്രം: ശാസ്ത്രങ്ങളുടെ റാണി* എന്ന ആദ്യ പുസ്തകത്തിന്റെ തുടർച്ചയാണിത്. ഈ രണ്ടു പുസ്തകങ്ങളും എഴുതിയത് കൊച്ചി ശാസ്ത്ര സാങ്കേതിക സർവകലാശാല ഗണിതശാസ്ത്രവകുപ്പിലെ പ്രൊഫസറായ ഡോ. എം ജാതവേദനാണ്. ഗണിതംപോലെ ഗൗരവമേറിയ ഒരു വിഷയം അയത്നലളിതമായും ഹൃദ്യമായും അവതരിപ്പിച്ചിരിക്കുന്നു എന്നതാണ് ഇരുഗ്രന്ഥങ്ങളുടെയും സവിശേഷത. വിലപ്പെട്ട ഈ ഗ്രന്ഥം ഏറെ സ്വീകാര്യമാകുമെന്ന് ഞങ്ങൾ പ്രതീക്ഷിക്കുന്നു.

ഉള്ളടക്കം

1

ബീജഗണിതം

അങ്കഗണിതവും ജ്യാമിതിയും കഴിഞ്ഞാൽ ഏറ്റവും പഴക്കമുള്ള ഒരു ഗണിതശാസ്ത്രശാഖയാണ് ബീജഗണിതം അഥവാ ആൾജിബ്ര. ഇത് ഏറ്റവും പഴയരൂപത്തിൽ ഏകദേശം നാലായിരം വർഷങ്ങൾക്കു മുമ്പ് മെസപ്പൊട്ടേമിയയിൽ ഉപയോഗിച്ചിരുന്നു. മെസപ്പൊട്ടേമിയൻ കളിമൺ ഫലകങ്ങളിൽ കാണുന്നതിനു സമാനമായ ബീജഗണിത നിർധാരണങ്ങൾ ഈജിപ്ഷ്യൻ പാപ്പിറുകളിലും ചൈനീസ് കടലാസുകളിലും കണ്ടെത്തിയിട്ടുണ്ട്. സംഖ്യകൾ തമ്മിലുള്ള പരസ്പര ബന്ധങ്ങളെക്കുറിച്ച് ചിന്തിച്ചു തുടങ്ങിയതോടുകൂടി ബീജഗണിതത്തിനുള്ള ബീജാവാപവും കഴിഞ്ഞെന്നു പറയാം.

എന്നാൽ കാലപ്രവാഹത്തിൽ ഇത്രമാത്രം പരിണാമവിധേയമായിട്ടുള്ള ഒരു ഗണിതശാസ്ത്രശാഖയില്ലെന്നു പറയാം. ജ്യാമിതി സഹസ്രാബ്ദങ്ങളിൽ മാറ്റങ്ങൾക്കു വിധേയമായിട്ടുണ്ടെങ്കിലും അത് ജ്യാമിതിയാണെന്ന് തിരിച്ചറിയാനുള്ള ഘടകങ്ങൾ ഇന്നുമുണ്ട്. അവ ഇന്നും അടിസ്ഥാനപരമായി ബിന്ദുക്കൾ, രേഖകൾ, പ്രതലങ്ങൾ എന്നിവയെക്കുറിച്ചെല്ലാം പ്രതിപാദിക്കുന്നു. ചിത്രങ്ങൾ ആശയങ്ങളെ വ്യക്തമാക്കാൻ ഏറെ സഹായകമായതിനാൽ ഇന്നും ജ്യാമിതി സംബന്ധങ്ങളായ ലേഖനങ്ങളും ഗ്രന്ഥങ്ങളും ചിത്രങ്ങൾ ഉൾക്കൊള്ളുന്നു. ഒരു പുരാതന ഗ്രീക്കുകാരൻ ഇപ്പോൾ വന്നു നോക്കിയെന്നു സങ്കൽപ്പിച്ചാൽ അയാൾക്ക് ആധുനിക ജ്യാമിതി ജ്യാമിതിയാണെന്നെങ്കിലും തിരിച്ചറിയാൻ കഴിയും. എന്നാൽ ബീജഗണിതത്തെക്കുറിച്ച് ഇതു പറയാൻ സാധിക്കയില്ല. ആദ്യകാല ബീജഗണിതത്തിനും ആധുനിക ബീജഗണിതത്തിനും പൊതുവായുള്ള ഒന്ന് ഒരുപക്ഷേ രണ്ടും കല, സാഹിത്യം, തത്വചിന്ത എന്നിവപോലെ (സംഖ്യ, രൂപങ്ങൾ തുടങ്ങിയ ഗണിതശാസ്ത്ര വിഷയങ്ങളെ

ക്കുറിച്ചുള്ള) മനുഷ്യഭാവനയുടെ ഉൽപ്പന്നങ്ങളാണെന്നത് മാത്രമാണ്. ആദ്യകാലത്ത് സംഖ്യകൾക്ക് പകരം ചിഹ്നങ്ങൾ ഉപയോഗിച്ച് അങ്കഗണിത ക്രിയകൾ ചെയ്യുന്ന ഒരു ശാസ്ത്രശാഖ മാത്രമായിരുന്നു ബീജഗണിതമെങ്കിൽ ഇന്നാകട്ടെ ഗണങ്ങളിലെ അംഗങ്ങൾ തമ്മിലുള്ള ക്രിയകൾ നിർവചിച്ച് രൂപഘടന (ആൾജിബ്രയിക് സ്ട്രക്ചർ) ഉണ്ടാക്കുന്ന ഒരു ശാഖയാണ്. ഇങ്ങനെ ഒരു ഘടന നിർവചിക്കപ്പെട്ട ഗണങ്ങൾക്ക് ബീജീയ വ്യവസ്ഥ (ആൾജിബ്രയിക് സിസ്റ്റംസ്) എന്നു പറയുന്നു. എണ്ണൽ സംഖ്യകളും വാസ്തവിക സംഖ്യകളുമെല്ലാം ഇത്തരം സിസ്റ്റങ്ങളിൽ പെട്ടവയാണ്.

മേൽപ്പറഞ്ഞവിധം ബീജഗണിതം എന്ന സങ്കൽപ്പത്തിന് മാറ്റം സംഭവിച്ചത് പ്രധാനമായും രണ്ടു പ്രാവശ്യമാണ് – പത്തൊമ്പതാം നൂറ്റാണ്ടിന്റെ ആരംഭത്തിലും, ഇരുപതാം നൂറ്റാണ്ടിന്റെ ആരംഭത്തിലും.

ആൾജിബ്ര എന്ന പദം അൽ–ഖ്വാ രശ്മിയുടെ ഒരു പുസ്തകത്തിന്റെ പേരിൽനിന്ന് എടുത്തിട്ടുള്ളതാണെങ്കിലും ആദ്യകാല ബീജഗണിതത്തിന്റെ നിർവചനത്തിന് നമുക്ക് ലിയൊനാർഡ് ഓയ്ലർ (1707–83) എന്ന പ്രസിദ്ധ ഗണിതശാസ്ത്രജ്ഞനിലേക്കു തിരിയാം. 'വിവിധ തരം രാശികളെക്കൊണ്ടുള്ള ക്രിയകളുടെ സിദ്ധാന്തം' എന്നാണ് അദ്ദേഹം നൽകിയ നിർവചനം. അദ്ദേഹത്തിന്റെ ബീജഗണിതത്തെക്കുറിച്ചുള്ള (*ഇൻട്രൊഡക്ഷൻ ടു ആൾജിബ്ര*) ഗ്രന്ഥം തന്റെ കാലഘട്ടത്തിലെ ബീജഗണിതം സവിസ്തരം പ്രതിപാദിക്കുന്നു.

രണ്ടു ഭാഗങ്ങളുള്ള ഈ ഗ്രന്ഥത്തിന്റെ ആദ്യഭാഗത്ത് സാധാരണ ഗണിതക്രിയകൾ, ഭിന്നിതങ്ങൾ, വർഗമൂലം, ഘനമൂലം തുടങ്ങി ബഹുപദങ്ങൾ (പോളിനോമിയലുകൾ) ഇവ ഉപയോഗിച്ചുള്ള ക്രിയകൾ, ന്യൂട്ടന്റെ ദ്വിപദശ്രേണികളും (ബൈണോമിയൽ സീരീസ്) അവയുടെ ഉപയോഗങ്ങളും, ലോഗരിതവുമെല്ലാം വിവരിക്കുന്നു. രണ്ടാം ഭാഗത്ത് ഒന്ന് കൃത്യങ്ക(ഡിഗ്രി)മുള്ള സമീകരണങ്ങളും അത്തരം സമീകരണങ്ങളുടെ വ്യവസ്ഥകളും (സിസ്റ്റം ഓഫ് ഇക്വേഷൻസ്) നാലുവരെ കൃത്യങ്കമുള്ള സമീകരണങ്ങൾ, അനിർധാര സമീകരണങ്ങളുടെ (ഇൻഡിറ്റേർമിനേറ്റ് ഇക്വേഷൻസ്) നിർധാരണം എന്നിവയാണ് പ്രതിപാദിക്കുന്നത്. ഈ ഉള്ളടക്കത്തിന്റെ പട്ടികതന്നെ ഓയ്ലർ തന്റെ നിർവചനംകൊണ്ട് അർഥമാക്കിയത് എന്താണെന്ന് വ്യക്തമാണല്ലോ? മാത്രമല്ല 19–ാം നൂറ്റാണ്ടു വരെയുള്ള ഈ ഗണിതശാസ്ത്രശാഖയുടെ ഒരു സംഗ്രഹവും ഈ കൃതിയിൽ നിന്നു ലഭിക്കുന്നു.

പതിനെട്ടാം നൂറ്റാണ്ടിന്റെ അവസാനത്തിലും പത്തൊമ്പതാം നൂറ്റാണ്ടിന്റെ ആരംഭത്തിലുമായി ആൾജിബ്രയിലെ ഒരു സമസ്യ ഈ ശാഖയിലെ ഗവേഷണങ്ങളുടെ കേന്ദ്രബിന്ദുവായി. ഒരു രാശിയുള്ള (ഒരു എണ്ണൽ സംഖ്യ) കൃത്യങ്കമുള്ള ബീജഗണിത സമീകരണത്തിന്റെ നിർധാരണം. ഇതിനു കാരണം നിർധാരണത്തിനുള്ള ബുദ്ധിമുട്ടും, ഇതുമായി ബന്ധപ്പെട്ട പ്രമേയങ്ങളുടെ ആഴവും മാത്രമല്ല പ്രയുക്ത ഗണിതത്തിലടക്കമുള്ള ഇതിന്റെ പ്രാധാന്യവുമായിരുന്നു. ഓയ്ലറുടെ ഗ്രന്ഥത്തിനു

ശേഷം കൃത്യം ഒരു നൂറ്റാണ്ടു കഴിഞ്ഞപ്പോൾ പത്തൊമ്പതാം നൂറ്റാണ്ടിന്റെ മധ്യത്തിൽ സെറെയുടെ കൃതി പുറത്തിറങ്ങി. ഈ കൃതിയിലാണ് ഗാൽവയുടെ ഗവേഷണഫലങ്ങൾ ആദ്യമായി ക്രോഡീകരിക്കപ്പെട്ടത്.

ഈ രണ്ടാം ഘട്ടത്തിലെ ഗവേഷണഫലങ്ങളായിരുന്നു ഗ്രൂപ്പ് തിയറി, ഫീൽഡ് തിയറി തുടങ്ങിയ ആൽജിബ്രയിക് സിസ്റ്റങ്ങൾ, ബീജഗണിത സമീകരണങ്ങൾ, ബീജഗണിത സംഖ്യകൾ (ആൾജിബ്രയിക് സംഖ്യകൾ) എന്നിവയെക്കുറിച്ചുമുള്ള വിപുലമായ പഠനങ്ങൾ. ഇവയുടെ ഫലമായി ആൾജിബ്രയുടെ വിവിധ ശാഖകൾ വളർന്നുവന്നു. സാരണികങ്ങൾ (ഡിറ്റർമിനന്റ്സ്), മട്രിക്സുകൾ, ദ്വിചര രൂപങ്ങൾ (ക്വാഡ്രാടിക് ഫോമുകൾ), രൈഖിക രൂപാന്തരണങ്ങൾ (ലീനിയർ ട്രാൻസ്ഫോർമേഷൻസ്), അചരങ്ങളെക്കുറിച്ചുള്ള സിദ്ധാന്തങ്ങൾ (തിയറി ഓഫ് ഇൻവേരിയന്റ്സ്) എന്നിവ ഇങ്ങനെ വളർന്നുവന്നവയാണ്. ഈ നൂറ്റാണ്ടിന്റെ രണ്ടാം പകുതിയിൽ പ്രധാന ശ്രദ്ധാകേന്ദ്രം അചരങ്ങൾ തന്നെയായിരുന്നു. ഇവയും, ഗ്രൂപ്പ് തിയറിയും ജ്യാമിതിയിലും സ്വാധീനം ചെലുത്തി.

ബീജഗണിതത്തിന്റെ വികാസം

ക്രിസ്ത്വബ്ദം മൂന്നാം നൂറ്റാണ്ടിൽ ജീവിച്ചിരുന്ന ഗ്രീക്കു ഗണിതശാസ്ത്രജ്ഞൻ ഡയോഫാന്റസ്സാണ് ബീജഗണിതത്തിന്റെ പിതാവ് എന്ന ഒരു തെറ്റിദ്ധാരണയുണ്ടായിരുന്നു.

സംഖ്യകളുടേയും അവയുടെ പരസ്പര ബന്ധങ്ങളുടേയും അമൂർത്തവൽക്കരണമാണ് ബീജഗണിതത്തിന് ജന്മംനൽകിയത് എന്ന് നമ്മൾ കണ്ടു. ക്രിസ്തുവിനുമുമ്പ് നാലാം നൂറ്റാണ്ടോടെ ഗ്രീക്കുകാർ സംഖ്യകളെക്കുറിച്ചുള്ള വേവലാതികളെല്ലാം അവസാനിപ്പിച്ച് അത് ദൈവദത്തമാണെന്ന ഉറച്ച വിശ്വാസത്തിലെത്തി. നിക്കോമാക്കസിനെപ്പോലെയുള്ളവരുടെ കുറെ അസംബന്ധങ്ങളും കൂട്ടിച്ചേർത്ത് അവ ക്രിസ്ത്യൻ യൂറോപ്പിലുമെത്തി. ഗ്രീസ് ബാബിലോണിയൻ ബീജഗണിതം മനസിലാക്കുകയും അംഗീകരിക്കുകയും ചെയ്തിരുന്നെങ്കിൽ ഗണിതശാസ്ത്രത്തിൽ ഒരായിരം വർഷങ്ങൾ ലാഭിക്കാമായിരുന്നു. എന്നാൽ ഗ്രീസ് അതിന്റെ സുവർണയുഗത്തിൽ നിന്ന് നേരെ പുറകോട്ടാണ് പോയത്. ആർക്കിമെഡീസ് കാണിച്ചു കൊടുത്ത, ബലതന്ത്രവുമായി ബന്ധപ്പെട്ട, ചലനാത്മകമായ ഗണിതശാസ്ത്രത്തിനു പകരം അത് മൂന്നാം നൂറ്റാണ്ടോടെ പ്ലേറ്റോയുടെ ദർശനങ്ങളുടെ പിടിയിലമർന്നു. അവരുടെ കഴിവിന്റെ നല്ലൊരു ഭാഗം ഉപയോഗിച്ചതാകട്ടെ ജ്യാമിതീയ രൂപങ്ങളുടെ (പ്ലേറ്റോണിക് ഖരങ്ങൾ) ഗവേഷണത്തിലും മറ്റുമായിരുന്നു.

ബാബിലോണിയൻ ബീജഗണിതം

ബീജഗണിതത്തിന്റെ പൈതൃകത്തെക്കുറിച്ച് തെറ്റിദ്ധാരണകൾ ഉണ്ടായിരുന്നെന്നു മുമ്പു പറഞ്ഞല്ലോ. പത്തൊമ്പതാം നൂറ്റാണ്ടിൽ കണ്ടെ

ടുത്ത കളിമൺ ഫലകങ്ങളിൽ നിന്നാണ് ബാബിലോണിയക്കാരുടെ ഈ മേഖലയിലെ ജ്ഞാനത്തെക്കുറിച്ചുള്ള തെളിവുകൾ ലഭിച്ചത്. ചിഹ്നങ്ങളില്ലാത്ത ഈ ബാബിലോണിയൻ ആൾജിബ്രയെ ചരിത്രകാരന്മാർ ഭാവി ഗണിതശാസ്ത്ര വികാസത്തിന്റെ സൂചകമായി കണക്കാക്കുന്നു. ഗണിതശാസ്ത്രപരമായ തെളിവുകൾ എന്ന ആശയത്തെക്കുറിച്ച് ചില ധാരണകളും അവർക്ക് ഉണ്ടായിരുന്നതായി കാണാം.

ബാബിലോണിയൻ മൺകട്ടകളിൽ ധാരാളം പ്രശ്നങ്ങൾ നിർധാരണം ചെയ്തിട്ടുള്ളതായി കാണാം. ഓരോന്നും പ്രത്യേകം പ്രത്യേകം ചെയ്തിട്ടുണ്ടെന്നല്ലാതെ പൊതുവായ ഒരു നിർധാരണരീതിയെക്കുറിച്ച് ഒന്നും പറയുന്നില്ല. രണ്ടും മൂന്നും ഘാതങ്ങളുള്ള സമീകരണങ്ങളെ ഇന്നത്തെ രീതി ഉപയോഗിച്ച് എഴുതാവുന്ന തരത്തിൽ തന്നെ നിർധാരണം ചെയ്തിട്ടുണ്ട്.

സമീകരണങ്ങളെ നിർദ്ധാരണം ചെയ്യുന്നതിന് രണ്ടായിരം വർഷങ്ങൾക്കുമുമ്പുതന്നെ അവർ ഗുണനങ്ങൾ, വർഗങ്ങൾ എന്നിവയുടെ പട്ടികകൾ ഉണ്ടാക്കിയിരുന്നു. ഹരണത്തേക്കാൾ എളുപ്പമാണല്ലോ ഗുണനം? അതിനാൽ അവർ പൂർണസംഖ്യകളുടെ വ്യുൽക്രമങ്ങളുടെ (റെസിപ്രോക്കലുകൾ) പട്ടികകൾ ഉണ്ടാക്കി. അതായത് $\frac{1}{n}$ (n ഒരു പൂർണ സംഖ്യ) രൂപത്തിലുള്ള സംഖ്യകളുടെ പട്ടിക. വർഗങ്ങളുടെയും ഘനങ്ങളുടെയും പട്ടികകൾ വർഗമൂലവും ഘനമൂലവും കാണാനും ഉപയോഗിച്ചിരുന്നു. കൂടാതെ ഇവയുടെ തുകകളുടെ (m^3+m^2) പട്ടികകളും കണ്ടെത്തിയിട്ടുണ്ട്. ഇവ ദ്വിഘാത, ഘന സമീകരണങ്ങളുടെ പഠനത്തിന് സഹായിച്ചു. ഉദാഹരണമായി,

$x^3 + px^2 + q = 0$ എന്ന സമീകരണം പരിഗണിക്കുക.

$y = \frac{x}{p}$, $r = \frac{q}{p^3}$ എന്ന രാശികൾ നിർവചിക്കുക.

തന്നിട്ടുള്ള സമീകരണം $y^3 + y^2 + r = 0$ എന്നായിത്തീരുന്നു. r അറിയാമെങ്കിൽ പട്ടികകൾ ഉപയോഗിച്ച് x കണ്ടുപിടിക്കാമല്ലോ. ഇതു കൂടാതെ പൈതഗോറിയൻ സംഖ്യാത്രയങ്ങളുടെ പട്ടികകളും ഉണ്ടാക്കിയിരുന്നു.

ഈ രീതിയുടെ പ്രായോഗികതയ്ക്ക് പരിമിതികളുണ്ടല്ലോ. അതിനാൽ ഇത്തരം അത്ഭുതരീതികൾകൊണ്ട് ബാബിലോണിയക്കാർ വലിയ ഗണിതശാസ്ത്രജ്ഞരായിരുന്നെന്നു കരുതാൻ സാധിക്കയില്ല. കാരണം യഥാർഥ ഗണിതശാസ്ത്രം കുറെ പൊതുവായ പ്രശ്നങ്ങൾക്ക് മൊത്തത്തിൽ ബാധകമായ ഒരു നിർധാരണരീതി കണ്ടെത്തുന്നതിലാണ്. സാമാന്യവൽക്കരിക്കപ്പെട്ട പ്രശ്നങ്ങൾ കണ്ടെത്താനും അവ നിർധാരണം ചെയ്യുന്ന രീതി കണ്ടെത്താനും ഒരു യഥാർഥ ഗണിതശാസ്ത്രജ്ഞനെ

കഴിയു. എന്നാൽ പ്രശ്നങ്ങളെ ലഘൂകരിച്ച് നിർധാരണം ചെയ്യുന്ന രീതി ആദ്യമായി കാണുന്നത് ഇവിടെയാണ്. ഇതിനുശേഷം പതിനാറാം നൂറ്റാണ്ടിലെ ഈജിപ്റ്റുകാരിലാണ് നാം ഈ രീതി കാണുന്നത്.

രേഖിയ, ദ്വിഘാത യുഗ്പദ സമീകരണങ്ങളും,

$(ax + by)^2 + cx + dy = 1$ തുടങ്ങിയ രൂപത്തിലുള്ള സമീകരണങ്ങളുമെല്ലാം അവരുടെ പരിഗണനക്കു വിധേയമായിട്ടുണ്ട്.

മറ്റൊരു രസകരമായ സംഗതി കൂട്ടുപലിശ കാണുന്നതിനുള്ള ഒരു നിർധാരണ രീതി, അതായത് കൂട്ടുപലിശ നിരക്കിൽ ഒരു നിക്ഷേപത്തുക ഇരട്ടിക്കാനുള്ള സമയം കണക്കാക്കാനുള്ള ഒരു സൂത്രം, അവർക്ക് അറിയാമായിരുന്നതാണ്. കമ്പ്യൂട്ടർ ഉപയോഗിച്ചു തുടങ്ങുന്നതിനുമുമ്പ് ലോഗരിതമാണല്ലോ നാം ഇത്തരം കണക്കുകൾ ചെയ്യാൻ ഉപയോഗിച്ചിരുന്നത്!

ഏറ്റവും രസകരമായ സംഗതി അപരിമേയ സംഖ്യകളോടുള്ള അവരുടെ സമീപനമായിരുന്നു. പട്ടികകൾ ഉണ്ടാക്കുന്നതിന്റെ അനുഭവത്തിൽനിന്ന് അവർ ഇത്തരം സംഖ്യകളെക്കുറിച്ചു ബോധവാന്മാരായിരുന്നു (പൈതഗോറസിനു മുമ്പ്!). ഒരു ഉദാഹരണം കാണുക:

$$(a^2 + b^2)^{1/2} = a + \frac{b^2}{2a}$$ അല്ലെങ്കിൽ

$$= a^2 + 2ab^2$$ (ഏകദേശ വില).

ഇതിന് ഏകദേശ മൂല്യം കണ്ടെത്താനുള്ള ന്യൂട്ടന്റെ രീതിയുമായുള്ള സാമ്യം ആശ്ചര്യകരമാണ്.

ഗ്രീക്ക് ബീജഗണിതം

ഈജ്പിറ്റുകാർ പൈതഗോറിയൻ സംഖ്യാത്രയങ്ങളുടെ പട്ടികകൾ ഉണ്ടാക്കിയിരുന്നു. ഇവയാകട്ടെ $a^2 + b^2 = c^2$ എന്ന രൂപത്തിലുള്ള അനിർധാര്യ സമീകരണത്തിന്റെ നിർധാരണ മൂല്യങ്ങളാണ്. ഇവ യൂക്ലിഡിന്റെ എലമെന്റ്സിൽ കൊടുത്തിട്ടുണ്ട്. ഇതാണ് ആദ്യമായി ഒരു സമീകരണത്തിന്റെ നിർധാരണമായി കണക്കാക്കപ്പെടുന്നത്. ഇത്തരം സമീകരണങ്ങളുടെ പഠനം ഡയോഫാൻടൈൻ വിശ്ലേഷണത്തിന്റെ ഭാഗമായാണ് കണക്കാക്കപ്പെടുന്നത്. ഇതാണ് പിന്നീട് അങ്കഗണിതത്തിന്റെ ഉയർന്ന രൂപമായ സംഖ്യാസിദ്ധാന്തത്തിലേക്ക് വികസിച്ചത്. ഡയോഫാന്റസ്സിന്റെ ഗവേഷണഫലങ്ങൾ അടങ്ങിയ പതിമൂന്നു പുസ്തകങ്ങളുണ്ടായിരുന്നതായി കരുതപ്പെടുന്നു. ഇവയിൽ ആറെണ്ണമെ കണ്ടെത്താനായിട്ടുള്ളു. ഇവയുടെ ലാറ്റിൻ പരിഭാഷകളാണ് (1621) ഫെർമയെ സംഖ്യാസിദ്ധാന്തത്തിലേക്ക് ആകർഷിച്ചത്.

ക്രിസ്ത്വബ്ദം മൂന്നാം നൂറ്റാണ്ടിൽ ജീവിച്ചിരുന്ന ഡയോഫാന്റസ്സിന്റെ സ്മരണാർഥമാണ് മേൽപ്പറഞ്ഞ സമീകരണങ്ങളുടെ പഠനങ്ങൾക്ക് ഡയോഫാൻടൈൻ വിശ്ലേഷണമെന്ന പേര് കൊടുത്തിരിക്കുന്നത്. ഒരു

കൂട്ടം സമീകരണങ്ങളുടെ സാമാന്യരൂപത്തെ പഠിക്കുന്നതിനുപകരം അദ്ദേഹം വ്യത്യസ്തപ്രശ്നങ്ങളെ നിർധാരണം ചെയ്യുന്നതിലാണ് ശ്രദ്ധിച്ചത്. ഇതിന്റെ ഒരു ദോഷവശമായിരുന്നു ഇത്തരം പഠനങ്ങളുടെ ഒരു പ്രളയം.

എന്നാൽ ഒരു കാര്യം എടുത്തു പറയേണ്ടതുണ്ട്. ബീജഗണിതത്തിൽ വൈദഗ്ധ്യം പ്രദർശിപ്പിച്ചിട്ടുള്ള ആദ്യത്തെ ഗ്രീക്കു പഠനങ്ങൾ ഡയോഫാന്റസ്സിന്റേതു തന്നെയാണ്.

$x + y = 100$, $x - y = 40$ തുടങ്ങിയ സമീകരണങ്ങളുടെ പൂർണമായ നിർദ്ധാരണമൂല്യങ്ങൾ അദ്ദേഹം കണ്ടുപിടിച്ചിരുന്നു. മാത്രമല്ല ചിഹ്നങ്ങൾ ഉപയോഗിച്ചുള്ള ക്രിയകൾക്ക് ആരംഭംകുറിച്ചതും അദ്ദേഹമായിരുന്നു. കൂടാതെ ഋണസംഖ്യകളെ, മേൽക്കാണിച്ചപോലെ, അദ്ദേഹം സമീകരണങ്ങളിൽ അനുവദിച്ചു. അജ്ഞാത രാശിക്ക് ചിഹ്നം ഉപയോഗിച്ചു തുടങ്ങിയതും അദ്ദേഹമാണ്. ഇതെല്ലാം ചിഹ്നങ്ങൾ ഉപയോഗിച്ചുള്ള ബീജഗണിതത്തിലേക്കുള്ള പ്രധാന കാൽവയ്പുകളായിരുന്നു. എന്നാൽ ഡയോഫാന്റസ്സിനുശേഷം എടുത്തു പറയാവുന്ന ഗ്രീക്കു പേരുകളൊന്നും ഗണിതശാസ്ത്രത്തിൽ നമുക്കു കണ്ടെത്താൻ കഴിയില്ല. ഹിപ്പേഷ്യ ഉണ്ടായിരുന്നെങ്കിലും സ്വന്തം സംഭാവനകളേക്കാൾ വ്യാഖ്യാനങ്ങളുടെ പേരിലാണ് അവർ അറിയപ്പെട്ടിരുന്നത്. എന്നിരുന്നാലും അവരുടെ വധം ഗ്രീക്ക് ഗണിതശാസ്ത്രത്തിന്റെ വളർച്ചയുടെ അന്ത്യവും വിശ്വാസത്തിന്റേതായ യുഗത്തിന്റെ ആരംഭവും കുറിച്ചതായാണ് കരുതുന്നത്.

ഭാരതീയ ബീജഗണിതം

ബീജഗണിതത്തിൽ ഭാരതീയരുടെ സംഭാവനകളെക്കുറിച്ച് എന്തൊക്കെ അഭിപ്രായവ്യത്യാസങ്ങളുണ്ടെങ്കിലും രണ്ടു കാര്യങ്ങളിൽ പണ്ഡിതന്മാർ ഏകാഭിപ്രായക്കാരത്രെ.

എ) തെളിവുകളെക്കുറിച്ച് ഗ്രീക്കുകാർക്ക് എത്രമാത്രം നിർബന്ധമുണ്ടായിരുന്നുവോ അത്രത്തോളം അരുചിയായിരുന്നു ഭാരതീയർക്ക്.

ബി) അങ്കഗണിത ക്രിയകളിൽ (ഗണനത്തിൽ) ഭാരതീയർ എത്രത്തോളം പ്രാഗത്ഭ്യരായിരുന്നുവോ ഗ്രീക്കുകാർ അത്രത്തോളം പിറകോട്ടുമായിരുന്നു.

വളരെ ചികഞ്ഞു നോക്കിയാൽ മാത്രമെ ഹിന്ദു (ഭാരതീയ) ബീജഗണിതത്തിൽ തെളിവുകളുടെ പൊട്ടും പൊടിയും കണ്ടെത്താൻ കഴിയൂ. ഗണനത്തിന്റെ നിയമങ്ങൾ വ്യക്തമായി നൽകുന്നുണ്ടെങ്കിലും അവ തെളിവുകൾക്ക് പകരം നിൽക്കില്ല. മറ്റൊരു അത്ഭുതകരമായ വസ്തുത ഭാരതീയർ അനിർധാര സമീകരണങ്ങൾ സാധാരണ സമീകരണങ്ങളേക്കാൾ എളുപ്പത്തിൽ കൈകാര്യം ചെയ്തിരുന്നു എന്നതാണ്.

ഭാരതീയ ഗണിതശാസ്ത്രജ്ഞന്മാരുടെ ചില നേട്ടങ്ങൾ നമുക്കു പരിശോധിക്കാം. ആറാം നൂറ്റാണ്ടിൽ ആര്യഭടൻ സമാന്തരശ്രേണി (അരിത്മാറ്റിക് പ്രോഗ്രഷൻ) യുടെ തുക കാണുന്നതിൽ വിജയിച്ചു. അദ്ദേഹം

ഒരു അജ്ഞാതരാശിയുള്ള ദ്വിഘാത സമീകരണവും (ക്വാഡ്രാറ്റിക് ഇക്വേഷൻ) രണ്ടു രാശിയുള്ള നിർധാര്യ സമീകരണവും നിർധാരണം ചെയ്യുന്നരീതി കണ്ടെത്തി. മാത്രമല്ല വിതാനഭിന്നിതങ്ങളെക്കുറിച്ചും (കണ്ടീന്യൂഡ് ഫ്രാക്ഷൻ) പഠിച്ചു.

ബ്രഹ്മഗുപ്തന്റെ കാലഘട്ടമായിരുന്ന ഏഴാം നൂറ്റാണ്ടിനെയാണ് ഭാരതീയ ഗണിതശാസ്ത്രത്തിന്റെ സുവർണ്ണ കാലഘട്ടമായി കണക്കാക്കുന്നത്. അദ്ദേഹം ഋണചിഹ്നങ്ങൾ ഗുണനത്തിൽ ഉപയോഗിക്കേണ്ടവിധം ($- \times - = +, - \times + = -$ എന്നിവ) കണ്ടെത്തി. ദ്വിഘാത സമീകരണങ്ങളുടെ ഒരു മൂല്യം കണ്ടുപിടിക്കുന്നതിൽ വിജയിച്ചു. മാത്രമല്ല $ax \pm by = c$ (a, b, c അചരങ്ങൾ) എന്ന രേഖീയ ഡയോഫാൻടൈൻ സമീകരണം പൂർണ്ണമായും നിർധാരണം ചെയ്യുന്നതിലും അദ്ദേഹം വിജയിച്ചു. ഇന്ന് ഇത് പെല്ലിയൻ സമീകരണമെന്ന് അറിയപ്പെടുന്നു.

$ax^2 + 1 = y^2$ എന്ന സമീകരണവും അദ്ദേഹമാണ് ആദ്യം പഠിച്ചത്. ഈ സമീകരണം ലഷാണ്ടറെ വളരെ അധികം ആകർഷിച്ചതായും 1766–9 കാലത്തെ ശുദ്ധഗണിതശാസ്ത്രശാഖയിലെ അദ്ദേഹത്തിന്റെ ഗവേഷണങ്ങൾക്ക് പ്രചോദനം നൽകിയതായും പറയപ്പെടുന്നു.

എന്നാൽ ഇത്രയും കടുത്ത പ്രശ്നങ്ങൾ കരതലാമലകങ്ങളായിരുന്ന ഇവർക്ക് ലളിതമായ ദ്വിഘാത സമീകരണങ്ങൾ കടിച്ചാൽ പൊട്ടാൻ വിഷമിക്കുന്നതായി അനുഭവപ്പെട്ടിരുന്നു എന്നതാണ് ആശ്ചര്യകരം. ഗ്രീക്ക് യുക്തിചിന്തയുടെ അഭാവമായിരിക്കാം ഇതിനു കാരണം. വികസിതമായ ഒരു സംഖ്യാവ്യവസ്ഥ (എക്സ്റ്റന്റഡ് നമ്പർ സിസ്റ്റം)യുടെ അഭാവത്തിൽ അവർക്ക് ഇതിൽ കൂടുതൽ ഒന്നും ചെയ്യാൻ കഴിയുമായിരുന്നില്ല. ഒമ്പതാം നൂറ്റാണ്ടിൽ മഹാവീരൻ അവാസ്തവിക സംഖ്യകളെ കണ്ടെത്തിയിരുന്നെങ്കിലും അസംബന്ധമായി തള്ളിക്കളയുകയാണുണ്ടായത്. ഇതുപോലെതന്നെ ഋണസംഖ്യകളും. മൂന്നു നൂറ്റാണ്ടുകൾക്കുശേഷവും ഇവയെ അംഗീകരിക്കുവാൻ ഭാസ്കരനും കഴിഞ്ഞില്ല.

ശങ്കയോടെയാണെങ്കിലും ഭാരതീയ ബീജഗണിതം ക്രിയാചിഹ്നങ്ങളുടെ ഉപയോഗത്തിലേക്ക് കാലെടുത്തുവെച്ചു എന്നതാണ് മറ്റൊരു പ്രധാന വസ്തുത. ആര്യഭടൻ തന്നെ അജ്ഞാതരാശികളെ സൂചിപ്പിക്കാൻ അക്ഷരങ്ങൾ ഉപയോഗിക്കുന്നതിനെക്കുറിച്ച് നിർദേശിച്ചിരുന്നു. അടുത്ത നൂറ്റാണ്ടിൽ രാശികൾക്കു പുറമെ വർഗമൂലം ഘനമൂലം എന്നിവക്കും ബ്രഹ്മഗുപ്തൻ ചുരുക്കപ്പേരുകൾ ഉപയോഗിച്ചു തുടങ്ങി. ഋണസംഖ്യകളെ സൂചിപ്പിക്കാൻ സംഖ്യകൾക്കു മുകളിൽ ഒരു ബിന്ദുവായിരുന്നു അദ്ദേഹം ഉപയോഗിച്ചിരുന്നത്. അതുപോലെ ഭിന്നസംഖ്യകൾക്ക് അദ്ദേഹം ഉപയോഗിച്ച രീതി ഇന്നത്തേതുമായി വളരെ സാമ്യമുണ്ട് – അംശഛേദങ്ങൾക്കിടയിൽ ഒരു വര ഉപയോഗിക്കുന്നില്ലെന്നു മാത്രം. ഉദാഹരണത്തിന് $\frac{3}{4}$ എന്നതിനു പകരം $\genfrac{}{}{0pt}{}{3}{4}$ എന്നാണ് എഴുതിയിരുന്നത്. ഇതിനെ പിന്നീട് ഭാസ്കരൻ പരിഷ്കരിക്കുകയുണ്ടായി. ഡയോഫാൻടൈൻ സമീകരണങ്ങളുടെ ഇന്നുപയോഗിക്കുന്ന രൂപങ്ങൾ ബ്രഹ്മഗുപ്തന്റേതാണ്.

പെലിയൻ സമീകരണത്തിന്റെ ഒരു നിർധാരണമൂല്യം കണ്ടെത്താൻ കഴിഞ്ഞാൽ മറ്റുള്ളവയും കണ്ടെത്തുന്ന രീതി ഭാസ്കരൻ വിവരിക്കുന്നുണ്ട്. എന്നാൽ ഇത്തരം ഒരു മൂല്യം ഉണ്ടോ എന്ന ചോദ്യം (എക്സിസ്റ്റൻസ് പ്രോബ്ലം) ചോദിക്കാൻ അദ്ദേഹം തയ്യാറായിരുന്നില്ല. (ഈ പ്രശ്നം ഉന്നയിച്ച് ഒരു പരിഹാരം കണ്ടെത്തിയത് ലഷാണ്ടർ ആയിരുന്നു).

ഇസ്ലാമിക സംഭാവനകൾ

ഗ്രീക്ക് ഗണിതശാസ്ത്രത്തെ പാടെ മറന്ന് യൂറോപ്പ് ഉറങ്ങിക്കിടന്നിരുന്ന കാലഘട്ടത്തിൽ മുസ്ലീം പണ്ഡിതന്മാർ ഹിന്ദു ഗ്രീക്കു ഗണിതശാസ്ത്ര കൃതികളെ തർജമ ചെയ്യുന്നതിൽ മുഴുകിയിരിക്കയായിരുന്നു. ഇവയിൽ ചിലതിൽ നിന്നാണ് പിന്നീട് യൂറോപ്പ് തങ്ങൾ മറന്നു കഴിഞ്ഞിരുന്ന ശാസ്ത്രം പുനരുജ്ജീവിപ്പിച്ചത്. എന്നാൽ ചരിത്രത്തിൽ തൽപ്പരരായ ചുരുക്കം ചില പണ്ഡിതന്മാരൊഴികെ ആരും പഴയ ശാസ്ത്രഗ്രന്ഥങ്ങൾ മുഴുവൻ ചവച്ചരയ്ക്കാൻ തയ്യാറായില്ല. അപ്പോളോണിയസിന്റെയും ആർക്കിമെഡീസിന്റെയും ആര്യഭടന്റെയും മറ്റും കൃതികൾ എല്ലാം പഠിച്ചു പാണ്ഡിത്യം നേടാൻ തക്കവണ്ണം ആയുസിനു നീളം മതിയാവില്ലെന്നു മാത്രമല്ല അത് അഭികാമ്യവുമല്ല, അനാവശ്യവുമാണ്. ചരിത്രത്തിന്റെ ഒഴുക്കിൽ ആ മഹാരഥന്മാരുടെ കൃതികൾ എവിടെയെങ്കിലും അടിഞ്ഞു കിടക്കുന്നുണ്ടാകാം. എന്നാൽ അവരുടെ ചിന്താരീതിയുടെ അന്തഃസത്ത – ആധുനിക പഠനരീതിയിൽ എളുപ്പം മനസിലാക്കാവുന്നതും ഒഴിച്ചു കൂടാനാവാത്തവയും മാത്രം – ഇന്ന് അതിജീവിക്കുന്നു. ഈ അർഥത്തിൽ മുസ്ലീം സംഭാവനകളായ തർജമകളും വ്യാഖ്യാനങ്ങളും പാണ്ഡിത്യത്തിന്റെ സ്മാരകസ്തൂപങ്ങളായി നിലനിൽക്കുന്നു.

മുസ്ലീം പണ്ഡിതന്മാർ ഹിന്ദു ഗ്രീക്ക് ഗണിതശാസ്ത്രാഭിരുചികളെ മാറിമാറി കൈക്കൊണ്ടതായി കാണാമെങ്കിലും കൂടുതൽ അടുപ്പം കാണിച്ചിരുന്നത് ഹിന്ദു രീതിയോടായിരുന്നു. ഹിന്ദു ബീജഗണിതം അവർ അറബിക്കിലേക്കും പേർഷ്യനിലേക്കും തർജമ ചെയ്തു. അറബിഭാഷ പണ്ഡിതന്മാരുടെ മാത്രമല്ല വ്യാപാരികളുടേയും കൂടി ആയിരുന്നതുമൂലം ഗ്രീക്ക് –ഹിന്ദു ബീജഗണിതങ്ങളെ ക്രോഡീകരിക്കയും ക്രമീകരിക്കയും ലളിതവൽക്കരിക്കയും ചെയ്ത് യൂറോപ്പിലേക്ക് വ്യാപിപ്പിക്കാനുമിടയായി. പന്ത്രണ്ടു പതിമൂന്ന് നൂറ്റാണ്ടുകളിലെ കുരിശുയുദ്ധങ്ങൾ പകർച്ച വ്യാധികളെക്കൂടാതെ ഇവയുടെയും വ്യാപനത്തിന് സഹായിച്ചു.

ഇസ്ലാമിക പണ്ഡിതന്മാർ പരിഭാഷ, വ്യാഖ്യാനം എന്നിവയിലായിരുന്നു മികച്ചു നിന്നിരുന്നത്. സ്വന്തമായ സംഭാവനകൾ ഇവയോട് ഒട്ടിച്ചേർന്നു നിൽക്കുന്നു. എന്നാൽ ഇവരിൽ രണ്ടുപേർ പ്രത്യേക പരാമർശം ഒഴിവാക്കാൻ വയ്യാത്തവരാണ് – മൊഹമ്മദ് ഇബ്നുമൂസ അൽഖൊരസ്മിയും ഒമർഖയ്യാമും.

അൽഖൊരസ്മിയുടെ *അൽജബർ അൽ മുക്കാബല* (വീണ്ടെടുക്കലും രൂപാന്തരണവും – റെസ്റ്റോറേഷൻ ആന്റ് റിഡക്ഷൻ) എന്ന കൃതിയുടെ പേരിൽനിന്നാണ് ആൽജിബ്ര എന്ന നാമം രൂപംകൊണ്ടത്. ആവശ്യമെങ്കിൽ '–' ചിഹ്നമുള്ള പദങ്ങളെ സമചിഹ്നത്തിന്റെ മറുവശത്തേക്ക് കൊണ്ടുവന്ന് ഒരു സമീകരണത്തിലെ എല്ലാ പദങ്ങൾക്കും അധികചിഹ്നം തന്നെ കൊണ്ടുവരിക എന്നതായിരുന്നു അദ്ദേഹത്തിന്റെ പ്രധാന സംഭാവന. എന്നാൽ അദ്ദേഹത്തിന്റെ ബീജഗണിതത്തിന്റെ ഒരു പോരായ്മയായിരുന്നു ചിഹ്നങ്ങൾ ഉപയോഗിച്ചിരുന്നില്ല എന്നത്. പന്ത്രണ്ടാം നൂറ്റാണ്ടിൽ രചിക്കപ്പെട്ട ഇദ്ദേഹത്തിന്റെ കൃതിയുടെ ഒരു ലാറ്റിൻ പരിഭാഷയാണ് ഇന്ത്യൻ സംഖ്യാസമ്പ്രദായത്തെ യൂറോപ്പിനു പരിചയപ്പെടുത്തിയത്. ഫിബോനാച്ചി (പിസയിലെ ലിയൊനാർഡോ) ആണ് ഇതിനു കാരണക്കാരൻ. 0 മുതൽ 9 വരെയുള്ള ഒമ്പതു ചിഹ്നങ്ങൾ മാത്രം ഉപയോഗിച്ച് എത്ര വലിയ സംഖ്യയേയും എഴുതുന്ന രീതി അദ്ദേഹത്തെ കുറച്ചൊന്നുമല്ല അത്ഭുതപ്പെടുത്തിയത്.

അൽഖൊരസ്മിക്കുശേഷം മൂന്നു നൂറ്റാണ്ടുകൾ കഴിഞ്ഞ് പതിനൊന്ന് – പന്ത്രണ്ട് നൂറ്റാണ്ടുകളിൽ ജീവിച്ചിരുന്ന (മരണം 1123) ഒമർഖയ്യാം തന്റെ മുൻഗാമികളെയെല്ലാം അതിശയിപ്പിക്കുന്ന ഒരു ഗണിതശാസ്ത്രജ്ഞനായിരുന്നു (ഇദ്ദേഹം ഒരു പേഴ്സ്യൻ കവി എന്ന നിലയിൽ പ്രസിദ്ധനാണല്ലോ?) കവി ഭാവന മാത്രമല്ല ഗണിതശാസ്ത്രഭാവന കൊണ്ടുകൂടി അനുഗൃഹീതനായിരുന്നു ഇദ്ദേഹം. ഘനസമീകരണങ്ങളുടെ വർഗീകരണവും ജ്യാമിതീയമായ ഇവയുടെ നിർദ്ധാരണവുമാണ് ഇദ്ദേഹത്തിന്റെ പ്രധാന സംഭാവനകൾ. എന്നാൽ ഇത്തരം സമീകരണങ്ങൾ ബീജഗണിതരീതിയിലും ചതുർഘാതസമീകരണങ്ങൾ (ക്വാർട്ടിക് ഇക്വേഷൻസ്) ജ്യാമിതീയ രീതിയിലും നിർധാരണം ചെയ്യാൻ സാധിക്കയില്ല എന്ന തെറ്റിദ്ധാരണ പരത്തുന്നതിലും ഇദ്ദേഹം പങ്കുവഹിച്ചു!

ചുരുക്കത്തിൽ മുസ്ലീം സംഭാവനകളെക്കുറിച്ചു പറയുകയാണെങ്കിൽ അവർ ഗണിതശാസ്ത്രത്തിന്റെ ഒരു നാൽക്കവലയിലായിരുന്നു. എന്നാൽ സ്വയം ഒരു തീരുമാനമെടുത്ത് ആധുനിക ശാസ്ത്രത്തിന്റെ പാതയിലേക്ക് തിരിയാൻ സാധിക്കുന്നതിനു മുമ്പ് അവർ വളരെ പിൻതള്ളപ്പെട്ടു കഴിഞ്ഞിരുന്നു – ആധുനിക ശാസ്ത്രം അവരെ ബഹുകാതം പുറകിലാക്കി.

ഫിബോനാച്ചി

പതിമൂന്നാം നൂറ്റാണ്ടു മുതൽ പതിനാറാം നൂറ്റാണ്ടു വരെയുള്ള കാലയളവ് യൂറോപ്പിനെ സംബന്ധിച്ചിടത്തോളം സംഭവബഹുലമായിരുന്നു. കൃത്യമായി പറഞ്ഞാൽ 1202 മുതൽ 1603 വരെ. ആദ്യത്തേത് ഫിബോനാച്ചിയുടെ *ലിബർ അബാക്കി*യുടെ പ്രസിദ്ധീകരണം കുറിക്കുന്നു. (രണ്ടാമത്തേത് വിയറ്റയുടെ ചരമവും). ഹിന്ദു–അറബിക് സംഖ്യാസമ്പ്രദായം പ്രചാരത്തിലായതോടെ അന്നുവരെ കണക്കുകൂട്ടാൻ ഉപയോഗിച്ചിരുന്ന

മണിച്ചട്ടം (അബാക്കസ്) പുരാവസ്തു ശേഖരത്തിലേക്ക് വലിച്ചെറിയപ്പെട്ടു. പതിനഞ്ചാം നൂറ്റാണ്ടിൽ അച്ചടിയന്ത്രത്തിന്റെ ആവിർഭാവത്തോടെ പ്രചാരത്തിൽ വന്ന വിവിധ അങ്കഗണിത പട്ടികകളുടെ ആവിർഭാവത്തിന് വഴിവെച്ചതും ഇദ്ദേഹമാണ് - അവ ഗണിതശാസ്ത്രത്തിന് കാര്യമായൊന്നും സംഭാവന ചെയ്തില്ലെങ്കിലും. അദ്ദേഹത്തിന്റെ തനതായ സംഭാവന അങ്കഗണിതം ബീജഗണിതം എന്നിവയുടെ വിഭജന രേഖയിലാണെന്നു പറയാം.

ലിബർ ക്വാഡ്രേറ്റോമം എന്ന കൃതിയിൽ അദ്ദേഹം ദ്വിഘാത ഡയോഫാൻടൈൻ സമവാക്യങ്ങൾ ചർച്ച ചെയ്യുന്നുണ്ട്. അദ്ദേഹത്തിന്റെ മറ്റൊരു കണ്ടുപിടുത്തമാണ് ഫിബോനാച്ചി അനുക്രമം (ഫിബോനാച്ചി സീക്വൻസ്). 0, 1, 1, 2, 3....... എന്ന ഈ സീക്വൻസിൽ അടുത്തടുത്തു കിടക്കുന്ന രണ്ടു സംഖ്യകൾ കൂട്ടിയാൽ അനുക്രമത്തിലെ അടുത്ത പദം ലഭിക്കുന്നു. മുയലുകളുടെ പ്രജനനത്തെക്കുറിച്ചുള്ള ഒരു പ്രശ്നത്തിൽ അദ്ദേഹം മുന്നോട്ടുവെച്ച ഈ സീക്വൻസിനെക്കുറിച്ച് ധാരാളം ഗ്രന്ഥങ്ങൾ തന്നെ ഉണ്ട്. മാത്രമല്ല ഗ്രീക്ക് ജ്യാമിതിയിലെ കനകാനുപാതവുമായി ഇതിനുള്ള ബന്ധവും അത്ഭുതകരമാണ്.

ഫിബോനാച്ചി

ബീജഗണിതത്തിനുള്ള അദ്ദേഹത്തിന്റെ ഏറ്റവും പ്രധാനപ്പെട്ട സംഭാവന രാശികളെ സൂചിപ്പിക്കാൻ ഒരക്ഷരം മാത്രം ഉപയോഗിക്കുന്ന ഇന്നത്തെ രീതിയുടെ തുടക്കമാണ്. ചിഹ്നങ്ങളുപയോഗിച്ചുള്ള ബീജഗണിത രീതിയിലേക്കുള്ള ഒരു പ്രധാന കാൽവയ്പായിരുന്നു ഇത്.

ഒരു ഗണിതശാസ്ത്രജ്ഞനെന്ന നിലയ്ക്ക് അദ്ദേഹത്തിന്റെ പ്രതിഭ തെളിയിച്ചത്

$$x^3 + 2x^2 + 10x = 20$$

എന്ന സമീകരണത്തിന്റെ നിർധാരണത്തിനുള്ള ശ്രമമാണ്. റൂളറും കോമ്പസും ഉപയോഗിച്ച് ഇതിന്റെ മൂലം കണ്ടുപിടിക്കാൻ സാധിക്കയില്ലെന്ന് കണ്ടെത്താൻ അദ്ദേഹം ശ്രമിച്ചു. അന്നത്തെ ഗണിതശാസ്ത്ര നിലവാരം വെച്ച് ഇത് അസാധ്യമായിരുന്നെങ്കിലും ഒരു പ്രശ്നത്തിന് 'പരിഹാരം കണ്ടെത്താൻ കഴിയില്ലെന്ന്' കാണാനുള്ള പരിശ്രമം ഇതാദ്യമായിരുന്നു. ഇത്തരം ഗവേഷണരീതി നാം പിന്നീടു കാണുന്നത് പത്തൊമ്പതാം നൂറ്റാണ്ടിലാണ്.

മാറ്റത്തിന്റേതായ ഈ കാലഘട്ടത്തിൽ ബീജഗണിതം സമീകരണങ്ങളുടെ നിർധാരണത്തിലുള്ള ശ്രമത്തിൽ മുഴുകിയിരുന്നതായി കാണാം.

ഇതിൽനിന്നു വ്യത്യസ്തമായ ഒരു സമീപനം ദർശിക്കാൻ കഴിയുക വിയറ്റയുടെ കാലം മുതലാണ്.

ഫ്രാങ്കോ വിയറ്റ (1540–1603)

വിശേഷങ്ങളായ പ്രശ്നങ്ങളുടെ നിർധാരണത്തിൽ നിന്ന് സാമാന്യരൂപത്തിലുള്ള പ്രശ്നങ്ങളിലേക്കുള്ള മാറ്റം നമുക്ക് ആദ്യമായി കാണാൻ സാധിക്കുക ഫ്രഞ്ചുകാരനായിരുന്ന വിയറ്റയുടെ പഠനങ്ങളിലാണ്. ഫിബോനാച്ചിയെപ്പോലെ ഇദ്ദേഹത്തിനും ഗണിതശാസ്ത്രം വിശ്രമവേളകളിലെ ഒരു വിനോദം മാത്രമായിരുന്നു. മറിച്ച് അദ്ദേഹം രാജകൊട്ടാരവുമായി ബന്ധപ്പെട്ട് ധാരാളം ഔദ്യോഗിക രാഷ്ട്രീയ പദവികൾ അലങ്കരിച്ചിട്ടുമുണ്ട്.

വിയറ്റയുടെ മാറ്റുരയ്ക്കാൻ ദ്വിഘാത, ഘന, ചുതർഘാത സമീകരണങ്ങൾ നിർദ്ധാരണം ചെയ്യുന്നതിന് പൊതുവായി അദ്ദേഹം കണ്ടെത്തിയ രീതി പരിശോധിച്ചാൽ മതി. ഓരോന്നിന്റെ കാര്യത്തിലും ഒരു രേഖീയ ചിത്രണം (ലീനിയർ ട്രാൻസ്ഫോർമേഷൻ) വഴി അദ്ദേഹം രണ്ടാമത്തെ പദം ഒഴിവാക്കി. ദ്വിഘാത സമീകരണമാണെങ്കിൽ വർഗമൂലമെടുത്താൽ പ്രശ്നം പരിഹരിച്ചുകഴിഞ്ഞു. തുടർച്ചയായി ഈ രീതി പ്രയോഗിച്ച് ചതുർഘാത സമീകരണങ്ങൾ വരെ നിർധാരണം ചെയ്യുന്നതിൽ അദ്ദേഹം വിജയിച്ചു. ഉദാഹരണമായി

$$ax^3 + bx^2 + cx = d$$

എന്ന സമീകരണം പരിഗണിക്കാം. രൂപാന്തരീകരണം വഴി നമുക്ക്

$$a' x'^3 + c' x' = d',$$

$$a'' x''^3 = d'',$$

എന്നിങ്ങനെ ലഭിക്കുന്നു എന്നിരിക്കട്ടെ. ഇതിൽ നിന്ന് x'' ലഭിക്കുന്നു. എതിർദിശയിലുള്ള രൂപാന്തരീകരണം വഴി നമുക്ക് x', x എന്നിവ ലഭിക്കുന്നു. ഈ ദിശയിൽ തന്നെ മേൽക്കൊടുത്ത സമീകരണങ്ങൾ നിർദ്ധാരണം ചെയ്ത മറ്റു ചിലരാണ് സിപിയോ–ഡൽ–ഫെറോ, അന്റോണിയോ ഫയോർ, കാർഡൻ, ബോംബെല്ലി എന്നിവർ. ഒരു ഘന സമീകരണത്തിന് മൂന്ന് നിർദ്ധാരണ മൂല്യങ്ങൾ ഉണ്ടായിരിക്കുമെന്ന് ആദ്യം കണ്ടെത്തിയതും കാർഡനാണ്.

വിയറ്റയുടെ കാലഘട്ടം ഡയോഫാന്റസ്–ഹിന്ദു പാരമ്പര്യത്തിലുള്ള ബീജഗണിതത്തിന്റെ അന്ത്യം കുറിച്ചു. പ്രത്യേക സമീകരണങ്ങളോ പ്രശ്നങ്ങളോ പരിഗണിക്കുന്നതിനു പകരം അവയുടെ അടിസ്ഥാന തത്വങ്ങൾ വിശകലം ചെയ്യുന്ന രീതിയിലേക്ക് പഠനങ്ങൾ തിരിഞ്ഞു. സാമാന്യമായ പ്രശ്നങ്ങളിൽ നിന്ന് പ്രത്യേക പ്രശ്നങ്ങൾ പഠിക്കുന്ന രീതിയുടെ ആരംഭം ഇതോടെ കുറിക്കപ്പെട്ടു. പിന്നീട് പതിനെട്ടാം നൂറ്റാണ്ടിൽ ലഷാണ്ടറുടെ കാലത്തോടെ വിവിധ ഘാതങ്ങളുള്ള സമീകരണങ്ങളെ നിർദ്ധാരണം ചെയ്യാനുള്ള പൊതുവായ രീതി കണ്ടെത്തപ്പെട്ടു.

വിയറ്റയുടെ ഗവേഷണങ്ങളിലാണ് നാം രേഖീയ രൂപാന്തരീകരണ

ത്തിന്റെ അംശങ്ങൾ ആദ്യമായി കാണുന്നത്. കുഴപ്പം പിടിച്ച ഒരു പ്രശ്നത്തെ ലഘൂകരിച്ച് നിർധാരണം ചെയ്യുന്ന രീതിയുടെ പൂർണതയും നാം ഇദ്ദേഹത്തിൽ കാണുന്നു. ഒരു ബഹുഘാത സമീകരണത്തെ രേഖീയ ഘടകങ്ങളാക്കി വിഭജിച്ച് നിർദ്ധാരണം ചെയ്യുന്ന രീതിയും അദ്ദേഹം കണ്ടെത്തി. സമീകരണങ്ങളിൽ എല്ലാ രാശികളും പൊതുവായി അക്ഷരങ്ങൾ ഉപയോഗിച്ച് എഴുതുന്ന രീതിക്കും അദ്ദേഹമാണ് തുടക്കം കുറിച്ചത്. ബീജഗണിതം അമൂർത്തവൽക്കരണത്തിന്റെ കാര്യത്തിൽ അങ്കഗണിതത്തിന് ഒരുപടി മുകളിലാണെന്ന് ഇതു കാണിച്ചുതന്നു. ഗണിതശാസ്ത്ര ചരിത്രത്തിലെ തന്നെ ഒരു പ്രധാന കാൽവയ്പായിരുന്നു ഇത്.

സമീകരണങ്ങളുടെ സംഖ്യാത്മക മൂല്യങ്ങൾ (ന്യൂമറിക്കൽ സൊലൂഷൻസ്) കാണാൻ ഇന്ന് ന്യൂട്ടന്റെ പേരിൽ അറിയപ്പെടുന്നതിനു സമാനമായ ഒരു രീതി വിയറ്റ നിർദേശിച്ചിരുന്നു. കൃതി 45 ആയ ഒരു ബഹുപദസമീകരണത്തിന്റെ നിർധാരണം അദ്ദേഹത്തിന്റെ പ്രാഗത്ഭ്യത്തിന്റെ നിദർശനമാണ്. സൈൻ n θ , കോസ് n θ എന്നീ ത്രിമാന ജ്യാമിതീയ പദങ്ങളെ സൈൻ θ, കോസ് θ എന്നിവയുടെ ബഹുപദങ്ങളായി എഴുതാമെന്നും അദ്ദേഹം കണ്ടുപിടിച്ചു. ജ്യാമിതീയ നിർമിതികളിൽ (ജ്യോമട്രിക്കൽ കൺസ്ട്രക്ഷൻസ്) സാധിക്കാവുന്നിടത്തെല്ലാം ബീജഗണിത സങ്കേതങ്ങളുപയോഗിക്കുന്ന രീതിയായിരുന്നു അദ്ദേഹത്തിന്റെ മറ്റൊരു പ്രത്യേകത – ഡെക്കാർത്തെയുടെ ഒരു മുൻഗാമി എന്നു പറയാനാവില്ലെങ്കിലും.

ഫ്രാങ്കോ വിയറ്റ

വിയറ്റയുടെ ഏറ്റവും പ്രധാനപ്പെട്ട രണ്ടു സംഭാവനകൾ ബീജഗണിതത്തെ പൂർണമായും ഒരു പ്രതീകാത്മക ശാസ്ത്രമാക്കി (സിമ്പോളിക്കൽ സയൻസ്) എന്നതും, അതിന്റെ പ്രയോഗത്തിലുള്ള അനന്ത സാധ്യതകളിലേക്ക് വിരൽചൂണ്ടി എന്നതുമാണ്. ഡിമോർഗൻ എന്ന പ്രസിദ്ധ ഗണിതശാസ്ത്രജ്ഞൻ പറയുന്നു :

> ആധുനിക ഗണിതശാസ്ത്രത്തിൽ പരിശീലനം നേടിയ ഏതെങ്കിലും പാർസിയോ ഭാരതീയനോ ഒരു യൂറോപ്യനോട് ഒരു ചോദ്യം ചോദിച്ചെന്നിരിക്കട്ടെ "അൽഖൊരാസ്മി നിങ്ങൾക്കു നൽകിയ ഞങ്ങളുടെ പഴയ ഗണിതശാസ്ത്രം ഇന്നു ഞങ്ങൾക്കു തിരിച്ചു നൽകിയ ഈ പുതിയ രൂപത്തിലാക്കുന്നതിൽ ഏറ്റവും പങ്കുവഹിച്ചത് ആരാണ്?" ഇതിനുള്ള ഉത്തരം നിശ്ചയമായും 'വിയറ്റ' എന്നായിരിക്കും.

ഗണിതശാസ്ത്ര ചിഹ്നങ്ങളുടെ പ്രാധാന്യത്തെക്കുറിച്ച് പ്രത്യേകം പറയേണ്ടതില്ലല്ലോ. $1 + 2 = 3$ എന്നു സരളമായ വാക്യം ചിഹ്നങ്ങളെക്കൂടാതെ എഴുതുമ്പോഴുള്ള പ്രയാസം ഊഹിക്കാവുന്നതേയുള്ളു. $ax^2 + bx + c = d$ എന്ന സമീകരണത്തെ ചിഹ്നമുപയോഗിക്കാതെ എഴുതുകയാണെന്നു വയ്ക്കുക : a, b, c, d എന്നിവ വാസ്തവിക സംഖ്യകളാണ്. x എന്നത് ഒരു അജ്ഞാത രാശിയാണ്.... ഇങ്ങനെ പോകും. മറ്റൊരു ഉദാഹരണം പറയുകയാണെങ്കിൽ $ax^2 + bx = c$ എന്നതും $ax^2 = bx + c$ എന്നതും ചിഹ്നങ്ങളുടെ ഉപയോഗത്തിനുമുമ്പ് രണ്ട് വ്യത്യസ്ത രൂപത്തിലുള്ള സമീകരണങ്ങളായാണ് കണക്കാക്കിയിരുന്നത്.

വിയറ്റയുടെ ചിന്തയുടെ ആധുനികത മറ്റൊരിടത്ത് പ്രതിഫലിക്കുന്നത് ജ്യാമിതിയിൽ ബീജഗണിതം, ത്രികോണമിതി എന്നിവയുടെ പ്രയോഗത്തിലാണ്. ജ്യാമിതിയിൽ അദ്ദേഹം യാതൊരു പുതമയും ദർശിച്ചിരുന്നില്ല എന്നത് യൂക്ലിഡിന്റെ പാരമ്പര്യത്തെ വെല്ലുവിളിക്കാൻ കാണിച്ച ചങ്കൂറ്റത്തെ പ്രതിഫലിപ്പിക്കുന്നു.

ത്രികോണമിതിയിൽ തന്നെ വിയറ്റയുടെ പ്രധാന സംഭാവന ബീജഗണിതത്തിന്റെ ചിട്ടയോടുകുടിയ പ്രയോഗമായിരുന്നു. സമതല-ഗോളീയ ത്രികോണമിതികളിൽ (പ്ലേൻ-സ്ഫെറിക്കൽ ട്രിഗണോമട്രികൾ) അദ്ദേഹം ഒരുപോലെ പ്രാവീണ്യം നേടിയിരുന്നു. അദ്ദേഹത്തിന്റെ കാലത്തോടെ ത്രികോണമിതി പ്രായോഗികമായി പരിപൂർണ വളർച്ച എത്തി എന്നു പറയാം - ഗണനത്തിലൊഴികെ. ഇതിന് ലോഗരിതത്തിന്റെ കണ്ടുപിടുത്തം വരെ കാത്തിരിക്കേണ്ടിവന്നു. എന്നാൽ അന്നു നിലവിലുണ്ടായിരുന്ന പട്ടിക ഏഴു ദശാംശ സ്ഥാനം വരെ അദ്ദേഹം നീട്ടി. (ത്രികോണമിതിയെ ജ്യോതിശാസ്ത്രത്തിൽ നിന്ന് സ്വതന്ത്രമാക്കിയത് ജോഹാൻസ് മുള്ളർ ആണെന്നാണ് കരുതപ്പെടുന്നത്).

ബീജഗണിതത്തിൽ പൂർണത കൈവരണമെങ്കിൽ പിന്നെയും ബഹുദൂരം മുന്നോട്ടു പോകേണ്ടതുണ്ടായിരുന്നു. എന്നാൽ ഇതിനുള്ള വ്യക്തമായ മാർഗ നിർദേശങ്ങൾ നൽകാൻ വിയറ്റക്കു കഴിഞ്ഞു. അദ്ദേഹത്തെപ്പോലെ ഒരു ഒന്നാംകിട ബീജഗണിത ശാസ്ത്രജ്ഞനെ വീണ്ടും കണ്ടെത്താൻ ലഷാൻണ്ടർ വരെ കാത്തിരിക്കേണ്ടിവന്നു.

ബീജഗണിതത്തിന്റെ തുടർന്നുള്ള വികാസം നമുക്ക് അടുത്ത അധ്യായത്തിലേക്ക് മാറ്റിവയ്ക്കാം.

2

ബീജീയ ഘടനകൾ

സഹസ്രാബ്ദങ്ങളിൽ പരന്നു കിടക്കുന്ന ഗണിതശാസ്ത്രത്തിന്റെ വിഹായസിൽ കൊള്ളിമീനുകൾ പോലെ മിന്നിമറഞ്ഞ രണ്ടു പേരുണ്ട് – നീൽ ഹെൻറിക് ആബേലും ഇവാറിഷെ ഗാൽവയും. ഇവർ യഥാക്രമം ഇരുപത്തേഴു വർഷവും ഇരുപത്തൊന്നു വർഷവുമേ ജീവിച്ചുള്ളു. എന്നാൽ ബീജഗണിതത്തിന്റെ പന്ഥാവിൽ നാഴികക്കല്ലുകൾ ഉറപ്പിച്ചാണ് ഇവർ കടന്നുപോയത്. ബീജഗണിതത്തെക്കുറിച്ചുള്ള ഒരു പുതിയ അവബോധം ഇതോടെ പിറവിയെടുത്തു. (കാൾ ഗൗസിനും കാംബ്രിഡ്ജ് പ്രൊഫസറായിരുന്ന ജി പീകോക്കിനും ഇതിലുള്ള പങ്ക് കുറച്ചു കാണാൻ സാധിക്കയില്ലെന്നു മാത്രം). മാത്രമല്ല ഗാൽവയുടെയും ആബേലിന്റെയും

ഗാൽവ

ആബേൽ

ഗവേഷണഫലങ്ങൾ അവരുടെ മരണത്തിന് എത്രയോ വർഷങ്ങൾക്കു ശേഷം മാത്രമാണ് ലോകമറിഞ്ഞത്.

കാൾ ഗൗസിന്റെ കാര്യത്തിൽ ജ്യാമിതിയിലെ ഒരു പ്രശ്നത്തിന് അങ്കഗണിതവുമായി ബന്ധപ്പെട്ട് ഉത്തരം കണ്ടെത്തുന്നതിൽ തന്റെ പത്തൊമ്പതാം വയസിൽ വിജയം വരിച്ചതാണ് ഗണിതശാസ്ത്ര ഗവേഷണം തന്റെ ജീവിതവ്രതമാക്കുന്നതിലേക്കു നയിച്ചത്. റൂളറും കോമ്പസുമുപയോഗിച്ച് ഒരു ക്രമ ബഹുഭുജം (റെഗുലർ പോളിഗൺ) നിർമിക്കാമോ എന്നതായിരുന്നു പ്രശ്നം. m വശങ്ങളുള്ള ബഹുഭുജമാണെങ്കിൽ mന്

$2^S p_1p_2 \ldots\ldots\ldots\ldots p_r, s \geq 0$

എന്ന രൂപമായിരിക്കണമെന്ന് അദ്ദേഹം കണ്ടെത്തി. ഇവിടെ $p_1p_2 \ldots p_r$ എന്നിവയെല്ലാം 2^n+1 എന്ന രൂപത്തിലുള്ള അഭാജ്യസംഖ്യകളുമായിരിക്കണമെന്നാണ് അദ്ദേഹം കണ്ടുപിടിച്ചത്.

ഗാൽവയും ഘനരൂപത്തിന്റെ ഇരട്ടിപ്പിക്കലും

ഈ പ്രശ്നത്തെക്കുറിച്ച് നാം മുമ്പു പരാമർശിച്ചിട്ടുണ്ട്. തന്നിട്ടുള്ള ഘനരൂപത്തിന്റെ വ്യാപ്തം ഒരു ഘനമീറ്റർ ആണെന്നിരിക്കട്ടെ. എന്നാൽ ഇരട്ടിപ്പിച്ച ഘനരൂപത്തിന്റെ വ്യാപ്തം 2 ഘനമീറ്റർ ആയിരിക്കണമല്ലോ? അതിനാൽ അതിന്റെ ഒരുവശം x = ആയിരിക്കണം. അപ്പോൾ ചോദ്യം വശങ്ങളുള്ള ഘനരൂപം ഉണ്ടാക്കാൻ സാധിക്കുമോ എന്നതാണ്. ഇവിടെ നമുക്ക് രണ്ട് ആശയങ്ങൾ ആവശ്യമുണ്ട്.

എ. നിർമിക്കാൻ കഴിയുന്ന ഒരു സംഖ്യ.

ബി. ക്ഷേത്രം എന്ന സങ്കൽപ്പം.

നിർമിക്കാൻ കഴിയുന്ന സംഖ്യയുടെ സങ്കൽപ്പം ഇതാണ്. ഒരു ഏകകം നീളമുള്ള ഒരു രേഖാഖണ്ഡം തന്നിരിക്കുന്നു എന്നിരിക്കട്ടെ. ഒരു കോമ്പസുകൊണ്ട് അളന്ന് റൂളർ ഉപയോഗിച്ച് വരച്ചിട്ടുള്ള മറ്റൊരു രേഖയിൽ നിന്ന് നമുക്ക് x നീളമുള്ള ഒരു രേഖാഖണ്ഡം നിർമിക്കുവാൻ കഴിയുമോ ഇല്ലയോ എന്നതാണ് പ്രശ്നം. x ഒരു എണ്ണൽസംഖ്യയാണെങ്കിൽ നേരത്തെ മുറിച്ചു വെച്ചിട്ടുള്ള രേഖാഖണ്ഡം ഉപയോഗിച്ച് അളന്ന് മുറിച്ചെടുക്കാൻ കഴിയുമെന്നു വ്യക്തമാണല്ലോ. ഇതുപോലെ നമുക്ക് നാല് അങ്കഗണിത ക്രിയകളും അവയ്ക്കോരോന്നിനും അനുസൃതമായ രേഖാഖണ്ഡങ്ങളുമുപയോഗിച്ച് ചെയ്യാൻ സാധിക്കും. ഇപ്രകാരം എല്ലാ പരിമേയ സംഖ്യകളും നിർമിക്കാൻ കഴിയുമെന്ന് വ്യക്തമാണ്.

ചില അപരിമേയ സംഖ്യകളും നിർമിക്കാൻ കഴിയുമെന്ന് കാണാൻ വിഷമമില്ല. ഉദാഹരണത്തിന് $\sqrt{2}$. ഒരു ഏകകം വശങ്ങളുള്ള ഒരു സമചതുരം നമുക്ക് റൂളറും കോമ്പസുമുപയോഗിച്ച് വരയ്ക്കാൻ സാധിക്കും. അതിന്റെ വികർണത്തിന്റെ നീളം പൈതഗോറസിന്റെ പ്രസ്താവന പ്രകാരം $\sqrt{2}$ ആയിരിക്കും.

തുടർന്ന് നമുക്ക് $1+\sqrt{2}$ എന്ന സംഖ്യ നിർമിക്കാം. ഇതിൽനിന്ന് പിന്നീട് ഒരു ചതുരം നിർമിച്ച് $\sqrt{3+2\sqrt{2}}$ എന്ന സംഖ്യ നിർമിക്കാം. ഈ പദ്ധതി തുടർന്ന് നമുക്ക് കൂടുതൽ കൂടുതൽ കുഴപ്പം പിടിച്ചതായി തോന്നുന്ന സംഖ്യകൾ നിർമിക്കാം.

അടുത്തതായി നമുക്ക് നോക്കേണ്ടത് $\sqrt[3]{2}$ ഈ രീതിയിൽ നിർമ്മിക്കാൻ സാധിക്കുമോ എന്നാണ്. ഇതു സാധ്യമല്ലെങ്കിൽ $\sqrt[3]{2}$ വശങ്ങളുള്ള ഒരു ഘനരൂപവും നമുക്ക് നിർമ്മിക്കാൻ കഴിയില്ലെന്നു വരുന്നു. ഇത് തെളിയിക്കുന്നതിനാണ് ഗാൽവ 'ക്ഷേത്രം' (ഫീൽഡ്) എന്ന ബീജീയ ഘടന ഉപയോഗിച്ചത്. സന്ദർഭത്തിലെ ഉപയോഗത്തിനായി നമുക്ക് വളരെ ചുരുങ്ങിയ നിലയിലുള്ള ഒരു നിർവചനം ഉപയോഗിക്കാം.

'സങ്കലനം ഗുണനം എന്നീ ക്രിയകളാൽ ബദ്ധമായ സംഖ്യകളുടെ ഒരു ഗണത്തെ നാം സംഖ്യകളുടെ ഒരു ക്ഷേത്രമെന്നു പറയുന്നു.' ഇവിടെ ബദ്ധമെന്ന വാക്കുകൊണ്ട് നാം ഉദ്ദേശിക്കുന്നത് ഇതാണ്: A ആണ് നമ്മുടെ ഗണമെന്ന് കരുതുക. a, b എന്നിവ Aയിലുള്ള രണ്ടു സംഖ്യകളാണെന്നു കരുതുക. a + b, a– b, b – a, a x b, a/b, b/a എല്ലാം Aയിൽ തന്നെ ഉണ്ടായിരിക്കണം. (ഭിന്നസംഖ്യയിൽ ഛേദത്തിന് പൂജ്യം എന്ന വില അനുവദനീയമല്ല.)

വാസ്തവിക സംഖ്യകളുടെ ഗണം, പരിമേയ സംഖ്യകളുടെ ഗണം എന്നിവ ഉദാഹരണങ്ങളാണ്. ഇവയ്ക്കിടയിൽ കിടക്കുന്ന അനേകം ഗണങ്ങളുമുണ്ട് ക്ഷേത്രങ്ങളായുള്ളവ. ഇവയാണ് $\sqrt[3]{2}$ നിർമിക്കുവാൻ കഴിയില്ലെന്നു തെളിയിക്കാൻ ഗാൽവ ഉപയോഗിച്ചത്.

ഉദാഹരണത്തിന് $a + b\sqrt{2}$ (a, b എന്നിവ പരിമേയ സംഖ്യകൾ) എന്ന രൂപത്തിലുള്ള സംഖ്യകളുടെ ഗണമെടുക്കുക. bക്കു പകരം പൂജ്യമെടുത്താൽ നമുക്ക് പരിമേയ സംഖ്യകൾ ലഭിക്കുന്നു. ഇത്തരം സംഖ്യകളുടെ ഗണവും ഒരു ക്ഷേത്രമാണെന്നു കാണുവാൻ വിഷമമില്ല. ഇതിനെ നാം പരിമേയ സംഖ്യകളുടെ ക്ഷേത്രത്തിന്റെ ഒരു വ്യാപനമെന്നു (എക്സ്റ്റൻഷൻ) പറയുന്നു. നാം പരിമേയ സംഖ്യകളുടെ ക്ഷേത്രത്തോട് $\sqrt{2}$ സഹബന്ധിച്ചിരിക്കുന്നു (അഡ്ജോയിൻ) എന്നും പറയുന്നു. ഈ രീതിയിൽ സഹബന്ധനത്തിലൂടെ നമുക്ക് പുതിയ പുതിയ വ്യാപനങ്ങൾ കണ്ടെത്താൻ കഴിയും. ഇത്തരത്തിൽ നമുക്ക് $\sqrt{a+b\sqrt{2}}$ സഹബന്ധിച്ച് $c + d\sqrt{a+b\sqrt{2}}$ എന്ന സംഖ്യകളുടെ ക്ഷേത്രം ലഭിക്കുന്നു. ഈ ക്ഷേത്രങ്ങളിലെ സംഖ്യകളെല്ലാം നിർമിക്കാൻ കഴിയുന്നവയാണ്. ഇനി നമുക്ക് ഘനരൂപത്തെ ഇരട്ടിപ്പിക്കുവാൻ കഴിയുമോ എന്ന പ്രശ്നം പരിശോധിക്കാം.

ഇവിടെ നാം രണ്ടു വസ്തുതകൾ ഉപയോഗിക്കേണ്ടതുണ്ട്.

i) $\sqrt[3]{2}$ എന്നത് ഒരു അപരിമേയ സംഖ്യയാണ്.

ii) $y = x^3-2$ എന്ന ബഹുപദത്തിന്റെ ആലേഖം X അക്ഷത്തെ ഒരു ബിന്ദുവിൽ മാത്രമെ ബന്ധിക്കുന്നുള്ളു.

പരിമേയ സംഖ്യകളുടെ ക്ഷേത്രത്തിൽ നിന്ന് നമുക്ക് ആരംഭിക്കാം. ഇതിനെ നാം F_0 എന്നു വിളിക്കുന്നു എന്നിരിക്കട്ടെ. $\sqrt[3]{2}$ തീർച്ചയായും F_0ലെ അംഗമല്ല; അതൊരു അപരിമേയ സംഖ്യയാണല്ലോ. F_0ലെ k_1 എന്ന ഒരു സംഖ്യയെടുത്ത് F_0നോട് $\sqrt{k_1}$ നെ സഹബന്ധിക്കുക. നമുക്ക് F_1 എന്ന ഒരു വ്യാപനം ലഭിക്കുന്നു. $\sqrt[3]{2}$ ഇതിലുമില്ലെന്നിരിക്കട്ടെ. F_1ലെ k_2 എന്ന ഒരു സംഖ്യ എടുത്ത് $\sqrt{k_2}$ വിനെ F_1നോട് സഹബന്ധിച്ച് F_2 ഉണ്ടാക്കുക. F_1ലെ സംഖ്യകൾ $a+b\sqrt{k_1}$ എന്ന രൂപത്തിലും F_2 വിലേത് $c+d\sqrt{k_2}$ എന്ന രൂപത്തിലുമായിരിക്കുമല്ലോ? (ഇവിടെ a, b, k_1 എന്നിവ F_0ലെയും c, d, k_2 എന്നിവ F_1ലെയും സംഖ്യകളായിരിക്കണം) തുടർന്ന് നമുക്ക് F_3, F_4 എന്നിങ്ങനെ പുതിയ ക്ഷേത്രങ്ങൾ ലഭിക്കുന്നു. ഈ പ്രക്രിയ തുടർന്ന് F_n എന്ന ഒരു ക്ഷേത്രത്തിൽ $\sqrt[3]{2}$ ഉണ്ടെന്നിരിക്കട്ടെ. F_{n-1}ലും ഇല്ലെന്നും. അപ്പോൾ $\sqrt[3]{2}$ എന്നത് $p+q\sqrt{k_n}$ എന്ന രൂപത്തിലുള്ള ഒരു സംഖ്യയാണ് എന്നുവരുന്നു.

$$\sqrt[3]{2} = p + q\sqrt{k_n}$$

ഇതിന്റെ രണ്ടു വശത്തെയും ഘനമെടുക്കുക:

$$2 = (p + q\sqrt{k_n})^3$$

$$= (p^3 + 3q^2k_n) + (3p^2q + q^3k_n)\sqrt{k_n}$$

ഇതിൽ $\sqrt{k_n}$ ന്റെ ഗുണാങ്കമായ $3p^2q + q^3k_n$ എടുക്കുക. താഴെ കാണുന്ന രണ്ടു സാദ്ധ്യതകൾ പരിശോധിക്കേണ്ടതുണ്ട്.

എ) ഗുണാങ്കം പൂജ്യമല്ലെന്നിരിക്കട്ടെ. എങ്കിൽ നമുക്ക് മുകളിലെ സമവാക്യത്തിൽ നിന്ന് $\sqrt{k_n}$ നിർദ്ധാരണം ചെയ്തെടുക്കാം. അതായത് $p+q\sqrt{k_n}$ എന്ന സംഖ്യയും F_{n-1}-ൽ ഉണ്ട്. അതിനാൽ F_n എന്നത് F_{n-1} നേക്കാൾ വലിയൊരു ക്ഷേത്രമല്ല. ഇത് ഒരു വൈരുദ്ധ്യമാണല്ലോ?

ബി) ഗുണാങ്കം പൂജ്യമാണെന്നിരിക്കട്ടെ. $p - q\sqrt{k_n}$ 2-ന്റെ ഒരു ഘനമൂലമാണെന്നു കാണാൻ വിഷമമില്ല. അതായത് $y = x^3 - 2$ ന്റെ ആലേഖം X അക്ഷത്തെ $p - q\sqrt{k_n}$, $p + q\sqrt{k_n}$ എന്നീ രണ്ടു ബിന്ദുക്കളിൽ ഛേദിക്കുന്നു. ഇതും ഒരു വൈരുധ്യമാണല്ലോ?

അതിനാൽ $\sqrt[3]{2}$ എന്ന സംഖ്യ F_n-ൽ ഉണ്ടെന്ന നമ്മുടെ നിഗമനം ശരിയല്ല.

ഇങ്ങനെയാണ് ഘനരൂപത്തിന്റെ ഇരട്ടിപ്പിക്കൽ സാധ്യമല്ലെന്ന് ഗാൽവ കണ്ടെത്തിയത്.

ക്ഷേത്രം എന്ന ബിജീയ ഘടന പരിചയപ്പെടുത്തുവാനാണ് മുകളിലെ പ്രശ്നം ചർച്ച ചെയ്തത്. ഇവിടെ സംഖ്യകളുടെ ഗണം എടുത്തപ്പോൾ നമ്മൾ നാലു ക്രിയകൾ പരിഗണിച്ചു. എന്നാൽ അമൂർത്തമായ ക്ഷേത്രം (ഫീൽഡ്) നിർവചിക്കാൻ നാലു ക്രിയകൾ ആവശ്യമില്ല;

രണ്ടെണ്ണം മതി. നമുക്ക് ഒരു ക്ഷേത്രത്തെ താഴെ കാണുന്ന രീതിയിൽ നിർവചിക്കാം:

'F ഒരു ഗണമാണെന്നിരിക്കട്ടെ. Fലെ ഏതൊരു ജോഡി അംഗങ്ങളേയും ബന്ധിക്കുന്ന '+', '*' എന്നീ രണ്ടു ക്രിയകൾ ഉണ്ടെന്നിരിക്കട്ടെ. മാത്രമല്ല F-ൽ z, e എന്ന പ്രത്യേക ഗുണങ്ങളുള്ള രണ്ട് അംഗങ്ങളുമുണ്ട്. +, * എന്നീ ക്രിയകൾക്ക് താഴെ പറയുന്ന അഞ്ച് ഗുണങ്ങളുണ്ടെങ്കിൽ F, +, * എന്നീ ക്രിയകളുള്ള ഒരു ക്ഷേത്രമാണ്:

(i) F എന്ന ഗണം +, * എന്നീ ക്രിയകളാൽ ബദ്ധമാണ്. അതായത് a, b എന്നിവ Fലെ അംഗങ്ങളാണെങ്കിൽ a+b, a*b എന്നിവ Fലെ അംഗങ്ങളാണ്. കൂടാതെ

$a + b = b + a$യും $a * b = b * a$യും ആണ്. (ക്രമ വിനിമയ നിയമം)

(ii) a, b, c എന്നിവ Fലെ ഏതെങ്കിലും മൂന്ന് അംഗങ്ങളാണെങ്കിൽ

$(a + b) + c = a + (b + c)$, $(a*b)*c = a*(b*c)$.

കൂടാതെ $a * (b + c) = a * b + a * c$

(iii) a Fലെ ഒരു അംഗമാണെങ്കിൽ

$a + z = z + a = a$, $a * e = e*a = a$

(iv) Fലെ a എന്ന ഏതൊരു അംഗവുമായി ബന്ധപ്പെട്ട് നമുക്ക് $a + x = z$ ആവുന്ന, x എന്ന ഒരു അംഗത്തെ കണ്ടെത്താനാവും.

(v) Fലെ z ഒഴികെയുള്ള a എന്ന ഏതൊരംഗത്തിനോടും ബന്ധപ്പെട്ട് തത്തുല്യമായി താഴെ കാണുന്ന സമവാക്യം സത്യമാകുന്ന a^1 എന്ന ഒരു സംഖ്യയുണ്ട്.

$a*a^1 = a^1*a = e$.'

ഇതാണ് ഒരു അമൂർത്ത ക്ഷേത്ര (അബ്ട്രാക്ട് ഫീൽഡ്)ത്തിന്റെ നിർവചനം. ഇതുപ്രകാരം വാസ്തവിക സംഖ്യകളുടെയും സമ്മിശ്ര സംഖ്യകളുടെയും ഗണങ്ങൾ ക്ഷേത്രങ്ങളാണെന്നു കാണാൻ വിഷമമില്ല.

ആബേൽ (1802–1829)

നോർവേക്കാരനായിരുന്ന നീൽ ഹെൻറിക് ആബേൽ പത്തൊമ്പതാം നൂറ്റാണ്ട് കണ്ട ഏറ്റവും മഹാന്മാരായ ഗണിതശാസ്ത്രജ്ഞരിൽ മുൻനിരയിൽ തന്നെയായിരുന്നു. ഗൗസ്, കോഷി എന്നിവരോടൊപ്പം ആധുനിക ഗണിതശാസ്ത്രത്തിന് അടിത്തറ പാകുന്നതിൽ അദ്ദേഹം പങ്കുവഹിച്ചു. മുപ്പതു വർഷത്തിനു താഴെയുള്ള തന്റെ ജീവിതകാലത്ത് മുന്നൂറിലേറെ വർഷങ്ങൾ പഴക്കമുള്ള പ്രശ്നങ്ങൾക്ക് ഉത്തരം കണ്ടെത്തി എന്നുമാത്രമല്ല തനിക്കുശേഷം അഞ്ചു നൂറ്റാണ്ടുകാലത്തേക്കെങ്കിലും പിൻഗാമികൾക്ക് വിശ്രമം കെടുത്തുന്ന പ്രശ്നങ്ങൾ ചൂണ്ടിക്കാണിക്കയും ചെയ്തു. ഒരു വ്യക്തിയുടെ പേരിൽ ഏറ്റവും അധികം പ്രമേയങ്ങളും, നിർവചനങ്ങളുമുള്ള വ്യക്തി എന്ന ഖ്യാതിയും ആബേലിനു സ്വന്തം.

ആബേലിന്റെ ആദ്യത്തെ ഗവേഷണപ്രബന്ധം ഇരുപത്തൊന്നാ

മത്തെ വയസിൽ പ്രസിദ്ധീകൃതമായി. പ്രസിദ്ധമായ ടോട്ടോക്രോൺ പ്രശ്നത്തിന്റെ ഉത്തരം ഇതിൽ ഉൾപ്പെട്ടിരുന്നു. ഉന്നത വിതാനത്തിൽ നിന്ന് ഭൂഗുരുത്വാകർഷണാമൂലം വക്രമാർഗത്തിലൂടെ ഒരു വസ്തു താഴേക്കു പതിക്കുകയാണെന്നിരിക്കട്ടെ. (ഒരു വളച്ചുവെച്ച കമ്പിയും അതിൽ കോർത്ത ഒരു മുത്തും ഉദാഹരണം). ഏത് ഉയരത്തിൽ നിന്നായാലും സഞ്ചരിക്കാനെടുക്കുന്ന സമയം തുല്യമായിരിക്കണം. ഇത് ഒരു ചക്രജം (സൈക്ലോയിഡ് – ഒരു നേർരേഖയിൽ ഉരുളുന്ന വൃത്തത്തിന്മേലുള്ള ഒരു നിശ്ചിത ബിന്ദുവിന്റെ പഥം) ആണെന്ന് അദ്ദേഹം തെളിയിച്ചു. ഇതിന്റെ നിർധാരണമാകട്ടെ ഒരു സമാകലന സമീകരണത്തിന്റെ (ഇന്റ ഗ്രൽ ഇക്വേഷൻ) പ്രഥമ പഠനമായിരുന്നു. മാത്രമല്ല ഇത്തരം സമീകരണങ്ങളുടെ ഗവേഷണങ്ങൾക്ക് ആരംഭം കുറിക്കുകയും ചെയ്തു.

ബീജഗണിതത്തിൽ അദ്ദേഹത്തിന്റെ ഏറ്റവും വലിയ സംഭാവനയാണ് കൃതി 5 ആയ സമീകരണത്തിന്റെ പഠനം. ഇത്തരം സമീകരണങ്ങൾക്ക് കരണി (റാഡിക്കൽ) രൂപത്തിലുള്ള നിർധാരണ മൂല്യമില്ലെന്ന് അദ്ദേഹം കണ്ടെത്തി. മുന്നൂറിലേറെ വർഷങ്ങൾ പഴക്കമുള്ള ഒരു പ്രശ്നമായിരുന്നു ഇത്.

ദാരിദ്ര്യവും രോഗവും തുടരെതുടരെ പീഡിപ്പിച്ച ആബേലിന് തന്റെ ജീവിതകാലത്ത് വേണ്ടത്ര അംഗീകാരം ലഭിക്കുകയുണ്ടായില്ല. എന്നാൽ ഇന്ന് ഗണിതശാസ്ത്രത്തിൽ അദ്ദേഹത്തിന്റെ പേരിൽ ഒരു പുരസ്കാരം തന്നെയുണ്ട്. കഴിഞ്ഞ വർഷം (2007) ഈ പുരസ്കാരം നേടിയത് ഒരു ഭാരതീയനായിരുന്നു – ശ്രീനിവാസ എസ് ആർ വരദൻ.

സമ്പൂർണമായി ഗണിതശാസ്ത്രത്തിന്റേതെന്നു പറയാവുന്ന ആദ്യത്തെ ആനുകാലിക പ്രസിദ്ധീകരണ (ജേർണൽ) ത്തിനു കാരണക്കാരൻ ആബേൽ തന്നെ. അദ്ദേഹത്തിന്റെ ഏറ്റവും അടുത്ത സുഹൃത്തും അഭ്യുദയകാംക്ഷിയുമായിരുന്നു ആഗസ്റ്റ് ലിയോപോൾഡ് ക്രെല്ലെയുടെ ജർമൻ ജേർണൽ.

ഗാൽവയും ആബേലും സംഖ്യകളുടെ ഗണങ്ങൾ മാത്രമേ പരിഗണിച്ചിരുന്നുള്ളു.

എമ്മി നോയ്ഥർ

ഇരുപതാം നൂറ്റാണ്ടിന്റെ ആരംഭത്തിൽ ബീജഗണിതത്തെക്കുറിച്ചുള്ള സങ്കൽപ്പത്തിലുണ്ടായ മാറ്റം തൊട്ടുമുമ്പ് ഭൗതികം, ബലതന്ത്രം, അങ്കഗണിതം എന്നിവയിൽ വന്ന പുതിയ ആവശ്യങ്ങളുടെ ഫലമായിരുന്നു. ഇതിന്റെ ഒരു ഫലത്തെക്കുറിച്ചു പറയാം. വാസ്തവിക സംഖ്യകളും സമ്മിശ്ര സംഖ്യകളും മാത്രമല്ല മറ്റു പലതരം രാശികൾ തമ്മിലുള്ള ഗണിതക്രിയകൾ ചെയ്യേണ്ടിവന്നു – വെക്ടർ, മട്രിക്സ്, ടെൻസർ, സ്പൈനറുകൾ ഇങ്ങനെ പലതും. ഇവ തമ്മിലുള്ള ക്രിയകൾക്ക് സാധാരണ സംഖ്യകൾ തമ്മിലുള്ള അങ്കഗണിത ക്രിയകളുടേതിൽ നിന്നും വ്യത്യസ്ത നിയമങ്ങൾ കണ്ടെത്താൻ കഴിഞ്ഞു. മറ്റൊരു വിധത്തിൽ

പറഞ്ഞാൽ ഇവയിൽ ഓരോന്നിനും ബാധകമായ ക്രിയകൾ നിർവചിച്ച് ആൾജിബ്രയിക് സിസ്റ്റങ്ങൾ ഉണ്ടാക്കാമെന്നും ഇവയ്ക്ക് വമ്പിച്ച പ്രയോഗസാധ്യതയുണ്ടെന്നും കണ്ടെത്തി. ഇങ്ങനെ ബീജഗണിതമെന്നാൽ ആൾജിബ്രയിക് സിസ്റ്റങ്ങളുടെ പഠനമായി മാറി.

എമ്മി നോയ്ഥർ

ഈ മൂന്നാം ഘട്ടത്തിൽ ബീജഗണിതത്തെക്കുറിച്ചുള്ള സങ്കൽപ്പം പ്രമാണാധിഷ്ഠിതമായി. ഇതിനെ അമൂർത്ത ബീജഗണിതം (അബ്സ്ട്രാക്ട് ആൾജിബ്ര) എന്നു പറയുന്നു. ഇവിടെ നാം പരിഗണിക്കുന്ന രാശികൾ എന്തെന്നത് പ്രശ്നമല്ല. അവ തമ്മിലുള്ള പരസ്പരബന്ധം അഥവാ ക്രിയകളെ വരിഞ്ഞുകെട്ടുന്ന നിബന്ധനകൾ ആണ് പ്രധാനം. ഇവിടെ സ്മരിക്കപ്പെടേണ്ട ഒരു നാമധേയമാണ് എം ഇ നോയ്ഥറുടേത്. ഗണിതശാസ്ത്ര രംഗത്ത് നിലയുറപ്പിക്കാൻ കഴിഞ്ഞ ആദ്യകാല വനിതകളിൽ ഒരാളാണ് നോയ്ഥർ. സ്ത്രീകൾക്ക് ഉന്നതവിദ്യാഭ്യാസം നിഷേധിക്കപ്പെട്ടിരുന്ന ഒരു കാലഘട്ടത്തിൽ പ്രതിബന്ധങ്ങളെ തരണം ചെയ്ത് ആധുനിക ഗണിതശാസ്ത്രജ്ഞരുടെ നിരയിൽ സ്ഥാനം നേടിയ ഇവരുടെ സംഭാവനകൾ പ്രധാനമായും ബീജഗണിതത്തിലായിരുന്നു. നോയ്ഥർ പഠിപ്പിക്കാൻ തയ്യാറാക്കിയ നോട്ടുകളാണ് ആധുനിക ബീജഗണിതം (മോഡേൺ ആൾജിബ്ര) എന്ന പേരിൽ ബി എൽ വാൻഡർ വാർഡൻ 1930 കളിൽ പ്രസിദ്ധീകരിച്ചത്. നോയ്ഥറുടെ പേരിൽ അറിയപ്പെടുന്ന പ്രമേയങ്ങൾ ഭൗതികശാസ്ത്രത്തിലും ഇടം കണ്ടെത്തിയിട്ടുണ്ട്. സമമിതി (സിമെട്രി) എന്ന സങ്കൽപ്പമാണ് ഇതിൽ ഏറ്റവും പ്രധാനം.

വർഗം (ഗ്രൂപ്പ്)

ക്ഷേത്രംപോലെ മറ്റൊരു ബിജീയ ഘടനയാണ് വർഗം അഥവാ ഗ്രൂപ്പ്. ഇവിടെ നാം ഒരു ഗണവും അതിൽ നിർവചിച്ചിട്ടുള്ള ഒരു ക്രിയയുമെ പരിഗണിക്കേണ്ടതുള്ളു.

G എന്ന ഗണം '*' എന്ന ക്രിയയോടുകൂടിയ ഒരു ഗ്രൂപ്പ് ആകണമെങ്കിൽ താഴെ പറയുന്ന നാലു നിബന്ധനകൾ പാലിക്കപ്പെടണം.

എ) G എന്ന ഗണം * എന്ന ക്രിയയാൽ ബദ്ധമാണ്. അതായത് a, b എന്നിവ Gയിലെ അംഗങ്ങളാണെങ്കിൽ a * bയും Gയിൽ ഉണ്ടായിരിക്കണം.

ബി) a, b, c എന്നിവ Gയിലെ അംഗങ്ങളാണെങ്കിൽ

(a * b) *c = a * (b* c)

സി) Gയിൽ e എന്ന താഴെ കാണുന്ന വിശേഷഗുണങ്ങളുള്ള ഒരംഗമുണ്ട് :

a Gയിലെ ഒരംഗമാണെങ്കിൽ

a * e = e * a = a

ഡി) a Gയിലെ ഏതെങ്കലും ഒരു അംഗമാണെങ്കിൽ താഴെ കാണുന്ന വിശേഷഗുണമുള്ള a^1 എന്ന ഒരംഗമുണ്ട്.

$a * a^1 = a^1 * a = e$

വാസ്തവിക സംഖ്യയുടെ ഗണമെടുക്കുകയാണെങ്കിൽ സങ്കലനമെന്ന (+) ക്രിയയോടെ അതൊരു ഗ്രൂപ്പാണെന്നു കാണാം. എന്നാൽ ഗുണനക്രിയ എടുക്കുകയാണെങ്കിൽ ഗ്രൂപ്പായിരിക്കുകയില്ല. കാരണം (ഡി) എന്ന നിബന്ധന പൂജ്യത്തിന് പാലിക്കപ്പെടുന്നില്ല.

ഇവിടെ നാം എന്താണ് ചെയ്തത്? സംഖ്യകളുടെ കാര്യത്തിൽ സങ്കലനം എന്ന ക്രിയ മാത്രം പരിഗണിച്ചു. ഇതിൽതന്നെ (ഡി) എന്ന നിബന്ധന ഒഴിവാക്കിയാൽ കിട്ടുന്ന ബീജീയ ഘടനയെ സെമിഗ്രൂപ്പ് എന്നു പറയുന്നു. വാസ്തവിക സംഖ്യകൾ ഗുണനചിഹ്നത്തോടെ ഒരു സെമി ഗ്രൂപ്പ് ഉണ്ടാക്കുന്നു എന്നു കാണാം.

എടുത്തു പറയേണ്ടുന്ന ഒരു വസ്തുത ഗ്രൂപ്പുകളുടെ കാര്യത്തിൽ ക്രമവിനിമേയ നിയമം നിർബന്ധമല്ലെന്നതാണ്. ഹാമിൽട്ടൻ തന്റെ ക്വാട്ടർണിയനുകൾ ഗുണനത്തിന്റെ കാര്യത്തിൽ ക്രമവിനിമേയ നിയമം പാലിക്കുന്നില്ലെന്നും കണ്ടു. ഈ നിയമം പാലിക്കുന്ന ഗ്രൂപ്പുകളെ അബീലിയൻ ഗ്രൂപ്പുകൾ എന്നു പറയുന്നു. എന്നാൽ ഈ ഗുണവിശേഷമില്ലാത്ത ഗ്രൂപ്പുകളും നിർവചിക്കാൻ സാധിക്കും. ഇവയെ നോൺ അബീലിയൻ ഗ്രൂപ്പുകൾ എന്നുപറയുന്നു.

ഇതുപോലെ നിർവചിക്കപ്പെട്ട റിങ്ങ്, ഇൻഡഗ്രൽഡൊമയിനുകൾ, വെക്ടർ ഫീൽഡുകൾ, ആൽജിബ്രകൾ തുടങ്ങി മറ്റനേകം ഘടനകളുണ്ട്.

നമുക്ക് വീണ്ടും വാസ്തവിക സംഖ്യകളിലേക്കു തിരിച്ചുവരാം. സഹസ്രാബ്ദങ്ങളായി അന്വേഷിച്ചുകൊണ്ടിരുന്ന സംഖ്യകളുടെ പൊരുളെന്താണ്? ഇതറിയണമെങ്കിൽ സംഖ്യകളുടെ ഗണം മാത്രം പരിഗണിച്ചാൽ പോര. അതിലെ അംഗങ്ങളുടെ പരസ്പരബന്ധവും പരിശോധിക്കേണ്ടിയിരിക്കുന്നു. അങ്കഗണിത ക്രിയകൾ ഈ ബന്ധങ്ങൾ നിർവചിക്കുന്നു. ഇതാകട്ടെ നമുക്ക് പരിഗണിക്കാവുന്ന ചില അമൂർത്ത ബീജീയ ഘടനകളുടെ ഒരു മൂർത്തമായ ഉദാഹരണവും.

സംഖ്യകളുടെ പൊരുൾ തേടിയുള്ള യാത്രയുടെ ഒരുഘട്ടം ഇവിടെ അവസാനിക്കുന്നു. അങ്കഗണിതത്തിലെ 'മൂർത്തമായ' സംഖ്യകളിൽനിന്ന് ബീജഗണിതത്തിലെ അമൂർത്ത സംഖ്യകളിലേക്കുള്ള ഈ പ്രയാണം നിഗമന രീതിയിലുള്ള യുക്തിയുടെ സഹായത്തോടെയായിരുന്നു. ഇതാ

കട്ടെ ജ്യാമിതിയിൽ യൂക്ലിഡ് അവലംബിച്ച രീതി ശാസ്ത്രം തന്നെയാണ്.

തികച്ചും അമൂർത്ത രൂപത്തിലുള്ള ബീജഗണിതം ചില കോണുകളിൽനിന്ന് കടുത്ത വിമർശനങ്ങളും നേരിടേണ്ടി വന്നിട്ടുണ്ട്. രൂപഭദ്രതയിലുള്ള അതിരുകടന്ന വിശ്വാസം ഗണിതശാസ്ത്രത്തെ ചിഹ്നങ്ങൾ കൊണ്ടുള്ള ഒരു കളി മാത്രമാക്കി മാറ്റുമെന്നായിരുന്നു ചിലർ ഉയർത്തിയ ആശങ്ക. ആവശ്യത്തിന് അർഥം കൽപ്പിച്ചുകൊടുക്കാവുന്ന ചതുരംഗപലകയിലെ കരുക്കൾ മാത്രമായിരിക്കും ഈ ചിഹ്നങ്ങൾ. ഇത് ശാസ്ത്രങ്ങളുടെ റാണിയുടെ അകാല ചരമത്തിലേക്കു നയിക്കുമെന്ന് ചില പ്രഗത്ഭ ഗണിതശാസ്ത്രജ്ഞർ തന്നെ അഭിപ്രായപ്പെടുകയുണ്ടായി.

മറ്റൊരു രസകരമായ സംഗതി ഗൗസും ഹാമിൽട്ടണുമെല്ലാം ഒരർഥത്തിൽ പൈതഗോറിയന്മാർ തന്നെയായിരുന്നു എന്നതാണ്. സമ്മിശ്ര സംഖ്യകളേയും സദിശങ്ങളേയുമെല്ലാം ജ്യാമിതിയിൽ നിന്ന് മോചിപ്പിച്ച്, സംഖ്യാജോഡികളും മറ്റുമാക്കി അവതരിപ്പിച്ചു എന്ന അർഥത്തിൽ. എന്നാൽ കടുത്ത പൈതഗോറിയന്മാരായിരുന്ന ക്രോണിക്കറെപോലെയുള്ളവർ പത്തൊമ്പതാം നൂറ്റാണ്ടിന്റെ അവസാനത്തിലും അപരിമേയ സംഖ്യകളെ അംഗീകരിക്കാൻ തയ്യാറായിരുന്നില്ല. π ഒരു അബീജിയ സംഖ്യ (ട്രാൻസൻഡൻഡൽ നമ്പർ) ആണ് എന്നു തെളിയിച്ച ലിൻഡെമാനെ ക്രോണക്കർ കളിയാക്കുകയുണ്ടായി, ഇല്ലാത്ത ഒരു സംഖ്യയെക്കുറിച്ചുള്ള പഠനത്തിന്റെ വ്യർഥതയെ ചൂണ്ടിക്കാട്ടി!

ക്രോണിക്കർ

ക്രോണിക്കറിന്റെ അഭിപ്രായത്തിൽ "ഗണിതാപഗ്രഥനത്തിലെ ഏതൊരു സിദ്ധാന്തത്തേയും എണ്ണൽസംഖ്യകൾ തമ്മിലുള്ള ബന്ധത്തിലേക്ക് ചുരുക്കിക്കൊണ്ടുവരാം." ഇതു സാധ്യമായെങ്കിൽ പൈതഗോറസിലേക്കുള്ള ഒരു തിരിച്ചുപോക്ക് – ഗണിതശാസ്ത്രത്തിന്റെ ചരിത്രത്തിന്റെ എതിർദിശയിലുള്ള ഒരു പ്രയാണം – പൂർണമാകും. അതിനാൽ തന്നെ ഗണിതശാസ്ത്രത്തിന്റെ ചരിത്രമാകെ നിരർഥകമാകും. കാരണം നാം കണ്ടപോലെ ഈ ചരിത്രം സംഖ്യകളുടെ അർഥത്തിന്റെ വികാസവുമായി ബന്ധപ്പെട്ടിരിക്കുന്നു. ഇതിനെ 'ഗണിതശാസ്ത്ര ശൂന്യതാവാദം' (മാത്തമാറ്റിക്കൽ നിഹിലിസം) എന്നേ നമുക്ക് വിളിക്കാനാകൂ.

എന്നാൽ ചരിത്രം മറ്റൊരു പ്രതലത്തിൽ തിരിഞ്ഞ് എങ്ങനെ പൈതഗോറസിലെത്തി എന്ന് നമുക്ക് പിന്നീട് കാണാം.

3

പുതിയ സംഖ്യകൾ

നമുക്ക് വീണ്ടും സംഖ്യകളിലേക്കുതന്നെ തിരിച്ചുവരാം. എണ്ണൽ സംഖ്യയുടെ ആദ്യത്തെ സാമാന്യവൽക്കരണം ബാബിലോണിയൻ ഭിന്നസംഖ്യകളിലാണ് നാം കാണുന്നത്. ഇതിനെക്കുറിച്ചു നാം മുമ്പ് പ്രതിപാദിച്ചിട്ടുണ്ട്.

ഋണസംഖ്യകൾ

പല കാര്യങ്ങളിലും അഭിപ്രായവ്യത്യാസമുള്ള ചരിത്രകാരന്മാർ എന്നാൽ യോജിക്കുന്ന ഒരു കാര്യമുണ്ട് – ഋണ (നെഗറ്റീവ്) സംഖ്യകളുടെ ചരിത്രം. മൂന്നാം നൂറ്റാണ്ടിൽ ഡയോഫാന്റസ്സിന് ഒരു സമീകരണത്തിന്റെ നിർധാരണത്തിൽ –4 എന്ന സംഖ്യകിട്ടി. എന്നാൽ അസംബന്ധമെന്നു പറഞ്ഞ് അദ്ദേഹം അത് അവഗണിച്ചു. ഏഴാം നൂറ്റാണ്ടിന്റെ ആദ്യത്തിൽ ബ്രഹ്മഗുപ്തനും ഇതുതന്നെ ചെയ്തു, അദ്ദേഹം ഗുണനത്തിൽ ചിഹ്നങ്ങളുടെ നിയമത്തെക്കുറിച്ചു പറഞ്ഞിരുന്നെങ്കിലും. ഒമ്പതാം നൂറ്റാണ്ടിൽ മഹാവീരൻ ഋണസംഖ്യകളെയും യാഥാർഥ്യങ്ങളായി അംഗീകരിച്ചു. ഇതാകട്ടെ യൂറോപ്പിൽ പ്രചാരത്തിലെത്തിയില്ല.

യൂറോപ്പിൽ ഫിബൊനാച്ചി 13–ാം നൂറ്റാണ്ടിൽ സമീകരണങ്ങളുടെ നിർദ്ധാരണ മൂല്യങ്ങളെന്ന നിലക്ക് ഋണസംഖ്യകളെ അംഗീകരിക്കാൻ തയ്യാറായില്ലെങ്കിലും അത്തരം സംഖ്യകളുടെ യാഥാർഥ്യത്തെ അംഗീകരിക്കുകയും അവയ്ക്ക് ഒരു അർഥം കൽപ്പിക്കുകയും ചെയ്തു; പ്രായോഗികമായി അവ സാമ്പത്തിക ഇടപാടുകളിൽ വരവിനുപകരം ചെലവിനെ അഥവാ ലാഭത്തിനുപകരം നഷ്ടത്തെ പ്രതിനിധാനം ചെയ്യുന്നു എന്ന് അദ്ദേഹം വ്യാഖ്യാനിച്ചു. 16–ാം നൂറ്റാണ്ടിന്റെ മധ്യത്തിൽപോലും ഋണസംഖ്യകളെ അംഗീകരിക്കാൻ തയ്യാറില്ലാത്ത ഗണിതശാസ്ത്രജ്ഞരുണ്ടാ

യിരുന്നു. 1545–ൽ കാർഡൻ എന്ന ശാസ്ത്രജ്ഞൻ രണ്ടു ഋണചിഹ്നങ്ങളുടെ ഗുണനഫലം + ആണെന്നത് ഒരു സ്വതന്ത്ര പ്രമാണമായി മുന്നോട്ടുവെച്ചു. അദ്ദേഹം ഋണസംഖ്യകളെ സാങ്കൽപ്പികം എന്നുതന്നെയെ കരുതാൻ കൂട്ടാക്കിയുള്ളു. ഋണസംഖ്യകളെക്കുറിച്ചു പഠിച്ച മറ്റു ചില ഗണിതശാസ്ത്രജ്ഞരാണ് ബോംബെല്ലി, വിയെറ്റ, ജെഹസ്സ് ടി. ഹാരിയറ്റ് എന്നിവർ. ഏതായാലും പതിനേഴാം നൂറ്റാണ്ടുവരെ ഋണസംഖ്യകളെ മറ്റു സംഖ്യകളെപ്പോലെ ഒരു യാഥാർഥ്യമായി അംഗീകരിച്ചിരുന്നില്ല. തുടർന്നും രണ്ടു നൂറ്റാണ്ടുകാലം ഇവയെക്കുറിച്ച് പ്രായോഗികമായ ഒരു അവബോധം ലഭിക്കാനെ കഴിഞ്ഞുള്ളു. ഇതാകട്ടെ പത്തൊമ്പതാം നൂറ്റാണ്ടിന്റെ ആദ്യപകുതിയിൽ പീക്കോക്കിന്റെ 'രൂപങ്ങളുടെ നിത്യതയുടെ തത്വത്തിന്റെ' (പ്രിൻസിപ്പിൾ ഓഫ് പെർമനൻസ് ഓഫ് ഫോംസ്) അടിസ്ഥാനത്തിലുള്ള ഒരു പ്രമാണത്തിന്റെ നിലയിലെത്തി. ബീജഗണിതത്തിന്റെ നിയമങ്ങളോടൊത്തു പോകുന്ന ഒരു അർഥകൽപ്പനമാത്രം!

ഋണസംഖ്യകളെക്കുറിച്ച് ഫിബോനാച്ചിയുടെ നേരത്തെപറഞ്ഞ വ്യാഖ്യാനം ഗണിതശാസ്ത്രത്തിലെ തന്നെ രണ്ടു രീതിശാസ്ത്രങ്ങളുടെ ആരംഭം കുറിച്ചു എന്നു പറയാം. വിശ്ലേഷണ രീതിയും ഉദ്ഗ്രഥന രീതിയും.

ഒന്നാമത്തെ രീതിയിൽ പഠനങ്ങളെല്ലാം തന്നെ ചില പ്രമാണങ്ങളെ അടിസ്ഥാനമാക്കിയുള്ള ഒരു ഗണിതശാസ്ത്ര ചട്ടക്കൂടിലേക്കൊതുക്കുന്നു. ശുദ്ധഗണിത ശാസ്ത്രം ഈ രീതിയാണ് അംഗീകരിക്കുന്നത്.

രണ്ടാമത്തെ രീതിയിൽ പുതുതായി ശ്രദ്ധയിൽപ്പെടുന്ന പ്രതിഭാസങ്ങളെ നിലവിലുള്ള അറിവിന്റെ അടിസ്ഥാനത്തിൽ വ്യാഖ്യാനിച്ച് പൊരുത്തം കണ്ടെത്തുകയാണെങ്കിൽ ആദ്യത്തേതുമായി സമന്വയിപ്പിക്കുന്നു. ഉദാഹരണമായി നാം അടുത്തു പരിഗണിക്കാൻ പോകുന്ന സമ്മിശ്രസംഖ്യകളെ തന്നെ പരിഗണിക്കാം. യൂക്ലീഡിയൻ ജ്യാമിതി കുറ്റമറ്റ ഒരു ഗണിതശാസ്ത്ര ശാഖയാണെന്ന് സഹസ്രാബ്ദങ്ങളായി അംഗീകരിക്കപ്പെട്ടു കഴിഞ്ഞിട്ടുണ്ടല്ലോ? സമ്മിശ്രസംഖ്യകളെ നമുക്ക് ഒരു സമതലത്തിലെ ബിന്ദുക്കളായി പരിഗണിക്കാം. ഈ സംഖ്യകളെ ഉപയോഗിച്ചുള്ള ക്രിയകളെ ജ്യാമിതീയമായി വ്യാഖ്യാനിക്കാം. അതുകൊണ്ട് സമ്മിശ്ര സംഖ്യകളുടെ വ്യവസ്ഥയെയും നമുക്ക് അംഗീകരിക്കാം.

സംഖ്യാ സങ്കൽപ്പത്തിന്റെ വികാസം ഈ രണ്ടു രീതിശാസ്ത്രങ്ങളുടെയും പ്രയോഗങ്ങളുടെ ഫലമാണ്.

സമ്മിശ്ര സംഖ്യകൾ

ഇവയെ $a + ib$ (a, b എന്നിവ വാസ്തവിക സംഖ്യകൾ, $i = \sqrt{-1}$) എന്നാണ് എഴുതുന്നത്. ഇവിടെ ib യെ അവാസ്തവിക സംഖ്യ (ഇമാജിനറി നമ്പർ) എന്നു പറയുന്നു. സമ്മിശ്രസംഖ്യ ഒരു വാസ്തവിക സംഖ്യയുടെയും ഒരു അവാസ്തവിക സംഖ്യയുടെയും തുകയാണ്! ഇത്

രണ്ടുതരം സംഖ്യകളുടെ 'സങ്കലന'മാണെന്നു മാത്രമല്ല അവയിൽ ഒന്ന് സാങ്കൽപ്പികവുമാണ്.

(പ്രശ്നം ഗുരുതരമല്ലെ? ഒരു മാങ്ങയുടെ കൂടെ ഒന്നുകൂടിച്ചേർത്താൽ രണ്ടു മാങ്ങകൾ. ഒരു തേങ്ങയുടെ കൂടെ ഒന്നുകൂടി ചേർത്താൽ രണ്ടു തേങ്ങകൾ. എന്നാൽ ഒരു മാങ്ങയും ഒരു തേങ്ങയും ചേർന്നാലോ? രണ്ടു തരം ഫലങ്ങളുടെ ജോഡി – (ഒരു മാങ്ങ, ഒരു തേങ്ങ)! മാത്രമല്ല ഇതിൽ തേങ്ങ സാങ്കൽപ്പികവും!)

അവാസ്തവിക സംഖ്യകളെക്കുറിച്ച് ആദ്യത്തെ പരാമർശം ഒമ്പതാം നൂറ്റാണ്ടിൽ മഹാവീരന്റേതാണ്. ഋണസംഖ്യകൾക്ക് വർഗമൂലമില്ലെന്ന് ആദ്യം മനസിലാക്കിയത് അദ്ദേഹമാണ്. അർഥശൂന്യമായ വ്യാഖ്യാനത്തിന് തുനിയാതെ അതിനെ അതിന്റെ പാട്ടിനു വിടാനുള്ള വിവേകം അദ്ദേഹത്തിനുണ്ടായിരുന്നു. ഇതു മനസിലാക്കണമെങ്കിൽ ഏകദേശം ആയിരത്തോളം വർഷങ്ങൾക്കുശേഷം മറ്റൊരു പ്രമുഖ ഗണിതശാസ്ത്രജ്ഞനായിരുന്ന കോഷിയുടെ വാക്കുകൾ ശ്രദ്ധിക്കണം: "നാം യാതൊരു ഖേദവും കൂടാതെ i ($\sqrt{-1}$)എന്ന ചിഹ്നത്തെ നിരസിക്കണം. കാരണം ഇതിന് ഒരു അർഥം കൽപ്പിക്കാൻ നമുക്കാവില്ല."

മഹാവീരനുശേഷം ഈ സംഖ്യകളെക്കുറിച്ചുള്ള പഠനം വിശ്ലേഷണ രീതിയിലായിരുന്നു. 1545-ൽ കാർഡൻ അയഥാർഥ സംഖ്യയെ മിഥ്യയാണെന്നു കരുതിയെങ്കിലും അത് സമർഥമായി ഉപയോഗിക്കാമെന്നു കാണിച്ചു. ഉദാഹരണത്തിന് 40 എന്ന സംഖ്യയെ $(5 + \sqrt{-15}) \times (5 - (\sqrt{-15})$ എന്ന് എഴുതാമല്ലോ? ഒരുപക്ഷെ ഇതിനേക്കാൾ യുക്തിപൂർവമുള്ള ഒരു വാദഗതി ഗിറാർഡ് എന്ന ഡച്ച് ഗണിതശാസ്ത്രജ്ഞൻ മുന്നോട്ടുവെച്ചു. കൃത്യങ്കം (ഡിഗ്രി) രണ്ട് ഉള്ള സമീകരണത്തിന് 2 നിർധാരണ മൂല്യങ്ങളുണ്ട്. അതിനാൽ n കൃത്യങ്കമുള്ള (n ഒരു എണ്ണൽസംഖ്യ; രണ്ടുമാവാം) ഒരു സമീകരണത്തിന് വാസ്തവിക (സംഖ്യ) നിർധാരണ മൂല്യങ്ങളുടെ എണ്ണം n-നേക്കാൾ കുറവാണെങ്കിൽ ബാക്കിയുള്ളവ അവാസ്തവികങ്ങളായിരിക്കണം. ലിബ്നിസിനെപോലെയുള്ള ഒരു പ്രതിഭാധനനു പോലും ഈ സംഖ്യകളെക്കുറിച്ച് ഇതിനേക്കാൾ കൂടുതൽ ഉൾക്കാഴ്ചയൊന്നും നേടാനായില്ല എന്നു മാത്രമല്ല തെറ്റായ ധാരണകൾ പരത്താനും ഇടയായെന്നത് അത്ഭുതകരമാണ്.

എന്നാൽ പതിനെട്ടാം നൂറ്റാണ്ടിന്റെ ആരംഭത്തിൽ തികച്ചും അന്ധമായ രൂപഭദ്രതാവാദപരമായാണെങ്കിലും സമ്മിശ്രസംഖ്യകളെ സംബന്ധിച്ച് ഒരു ഭേദപ്പെട്ട പ്രമാണസൂത്രം (ഫോർമുല) കണ്ടെത്തുന്നതിൽ ന്യൂട്ടന്റെ അടുത്ത സുഹൃത്തായിരുന്നു ആർ കോട്ടിസ് (1682–1716) എന്ന ബ്രിട്ടീഷ് ഗണിതശാസ്ത്രജ്ഞൻ വിജയം കണ്ടെത്തി. ഇന്നത്തെ രീതിയിൽ ഇതിനെ

$$ix = \log_e (\cos x + i \sin x)$$

എന്ന് എഴുതാം.

$$(\cos x + i \sin x)^n = \cos nx + i \sin nx$$

എന്ന ഡിമോയേഴ്സ് സിദ്ധാന്തം ഇതിൽ നിന്ന് ലഭിക്കുന്നു. പിന്നീട് ഓയ്‌ലർ ഇത് ഏത് 'n'നും ബാധകമാണെന്നു കണ്ടെത്തി.

ഇതെല്ലാം ത്രികോണമിതിയെ ഗണിതശാസ്ത്ര വിശ്ലേഷണത്തിന്റെ ഒരു ഘടകമാക്കുന്നതിലേക്കു നയിച്ചു; അതുമൂലം സമ്മിശ്ര സംഖ്യാ പഠനവും.

എന്നാൽ രണ്ടു പ്രശ്നങ്ങൾ പിന്നെയും അവശേഷിച്ചു:

എ) ഈ സംഖ്യകളെക്കുറിച്ച് ഒരു സ്വസംഗത (സെൽഫ് കൺസിസ്റ്റന്റ്) സിദ്ധാന്തം രൂപപ്പെടുത്തൽ.

ബി) ഇത്തരം സംഖ്യകളുടെ അനുക്രമങ്ങളുടെയും ശ്രേണികളുടേയും അഭിസരണത്തെ (കൺവർജെൻസ്) കുറിച്ചുള്ള പഠനം.

ഇതിൽ ആദ്യത്തേതിന് പതിനെട്ടാം നൂറ്റാണ്ടിന്റെ അവസാന ദശകത്തിൽ വെസ്സൽ ഉത്തരം കണ്ടെത്തി. രണ്ടാമത്തേതിന് പത്തൊമ്പതാം നൂറ്റാണ്ടിന്റെ മൂന്നാം ദശകത്തിൽ കോഷിയും.

എന്നാൽ ഇതിനുമുമ്പ് നടന്ന രണ്ടു സംഭവങ്ങൾ എടുത്തു പറയേണ്ടതുണ്ട്. ജോൺ ബർണോളി എന്ന ഗണിതശാസ്ത്രജ്ഞനും ലോഗരിതവും ത്രികോണമിതിയും തമ്മിലുള്ള ബന്ധം മനസിലാക്കിയിരുന്നു. ഇത് കോട്ടിസിന്റെ പഠനത്തിന്റെ അതേ ദിശയിൽ തന്നെയായിരുന്നു. രണ്ടാമതായി ജെ വാലിസ് എന്ന ഇംഗ്ലീഷ് ഗണിതശാസ്ത്രജ്ഞൻ സമ്മിശ്ര സംഖ്യകൾക്ക് ഇന്ന് അംഗീകരിക്കപ്പെട്ടതിന് വളരെ അടുത്തെത്തുന്ന ഒരു വ്യാഖ്യാനം കണ്ടെത്തിയിരുന്നു. അദ്ദേഹം x + iy എന്ന സംഖ്യയെ (x,y) എന്ന നിർദേശാങ്കങ്ങൾ കൊണ്ടു പ്രതിനിധാനം ചെയ്യാമെന്നു കാണിച്ചു. പക്ഷെ y-അക്ഷം അവാസ്തവ സംഖ്യകളെ പ്രതിനിധാനം ചെയ്യുന്നതിന്റെ അർഥവ്യാപ്തി പൂർണമായും മനസിലാക്കുവാൻ അദ്ദേഹത്തിനായില്ല. അതിനാൽതന്നെ സമ്മിശ്ര സംഖ്യാ വ്യവസ്ഥ രൂപീകരിച്ചതിന്റെ ഖ്യാതി അദ്ദേഹത്തിനു നഷ്ടപ്പെട്ടു. അതിനുള്ള ഭാഗ്യം ഒരളവോളം ലഭിക്കാൻ മാത്രമെ വെസ്സലിനുമായുള്ളു. കാരണം അദ്ദേഹത്തിന്റെ കണ്ടുപിടുത്തവും ജെ ആർ ആർഗന്റ് എന്ന ഫ്രഞ്ചു ഗണിതശാസ്ത്രജ്ഞന്റെ പേരിലാണ് അറിയപ്പെടുന്നത്. അദ്ദേഹവും സ്വതന്ത്രമായി തന്നെയാണ് ഈ ജ്യാമിതീയ വ്യാഖ്യാനത്തിലെത്തിയത്.

സമ്മിശ്ര സംഖ്യകളുടെ ജ്യാമിതീയ വ്യാഖ്യാനം നൽകുന്നതിൽ വെസ്സൽ എന്ന സർവേയർ വിജയിച്ചെങ്കിലും അദ്ദേഹം തന്റെ ഗവേഷണ ഫലങ്ങൾ ഗണിതശാസ്ത്രജ്ഞരുടെ ഇടയിൽ വലിയ പ്രചാരം ഇല്ലാത്ത ഒരു പ്രസിദ്ധീകരണത്തിലാണ് 1799-ൽ പ്രസിദ്ധീകരിച്ചത്. ഇതിന്റെ ഒരു ഫ്രഞ്ച് പരിഭാഷ ഏകദേശം ഒരു നൂറ്റാണ്ടിനുശേഷം മാത്രമാണ് പ്രത്യക്ഷപ്പെട്ടത്. അതിനിടെ 1806 ൽ തന്നെ ആർഗന്റ് തന്റെ ഗവേഷണഫലം പ്രസിദ്ധീകരിച്ചു കഴിഞ്ഞിരുന്നു. എന്നാൽ ഗണിതശാസ്ത്ര രംഗത്ത് സമ്മിശ്ര സംഖ്യകൾക്ക് സ്വീകാര്യം നേടിക്കൊടുത്തത് കാൾ ഗൗസ്

ആണ്.

ഈ സംഖ്യകളുടെ ജ്യാമിതീയ വ്യാഖ്യാനത്തിൽ സ്വതന്ത്രമായി ഗൗസും എത്തിച്ചേർന്നിരുന്നു. അദ്ദേഹം തന്റെ ഗവേഷണ ബിരുദത്തിനുള്ള വിഷയമായി താഴെ കൊടുത്തിരിക്കുന്ന 'ബീജഗണിതത്തിന്റെ അടിസ്ഥാന പ്രമേയം' (ഫണ്ടമെന്റൽ തിയറം ഓഫ് ആൾജിബ്ര) ആണ് തിരഞ്ഞെടുത്തത്:

"ഒരു ബീജഗണിത സമീകരണത്തിന് $a + ib$ (a,b എന്നിവ വാസ്തവിക സംഖ്യകൾ) എന്ന രൂപത്തിലുള്ള ഒരു നിർധാരണ മൂല്യമുണ്ട്."

നേരത്തെതന്നെ എ ഗിറാർഡ് ഒരു ഊഹമെന്ന നിലയ്ക്ക് ഇത്തരമൊരു സിദ്ധാന്തം മുന്നോട്ടു വെച്ചിരുന്നല്ലോ? ഗണിതശാസ്ത്രീയമായി തെളിയിക്കാൻ കഴിഞ്ഞിട്ടില്ലാത്തതും എന്നാൽ പ്രത്യേക പ്രശ്നങ്ങളിൽ ശരിയാണെന്നു കണ്ടെത്തിയതുമായ ഇത്തരം അനുമാനങ്ങൾ ശാസ്ത്രശാഖകളിൽ വേറെയുമുണ്ട്. ഇവയെ അനുമാനങ്ങൾ (കൺചക്ചർ) എന്നുതന്നെയാണ് പറയാറ്. ഗിറാർഡിന്റെ അനുമാനത്തെ 'ഗിറാർഡ്സ് കൺചക്ചർ' എന്നും. നാലു നിറങ്ങളെക്കുറിച്ച് ആരേഖ സിദ്ധാന്ത (ഗ്രാഫ് തിയറി) ത്തിലുള്ള പ്രമേയം കുറേക്കാലത്തേക്ക് ഇത്തരമൊരു 'നാലു നിറങ്ങളെക്കുറിച്ചുള്ള അനുമാനം' (ഫോർ കളർ കൺചക്ചർ) ആയിരുന്നു.

ഗിറാർഡിന്റെ അനുമാനത്തെ അടിസ്ഥാനമാക്കി ബീജഗണിതത്തിന്റെ അടിസ്ഥാന പ്രമേയത്തിന്റെ തെളിവു കണ്ടെത്താനുള്ള ധാരാളം ശ്രമങ്ങൾ നടന്നിട്ടുണ്ട്. ഡി ആലമ്പർട്ട്, ഓയ്‌ലർ എന്നിവരുടെ ശ്രമങ്ങൾ എടുത്തു പറയേണ്ടവയാണ്. ഗൗസിന്റെ നാലാമത്തെ ശ്രമവും വിജയിച്ചത് എ ഓസ്ട്രോവ്സ്കി എന്ന ഗണിതശാസ്ത്രജ്ഞൻ തെറ്റുകൾ തിരുത്തിയതിനാലാണ്. എടുത്തുപറയേണ്ട മറ്റൊരു വസ്തുത ഈ പ്രമേയം ഇന്ന് ബീജഗണിതത്തിന്റെ ഭാഗമല്ല 'സമ്മിശ്ര വിശ്ലേഷണ' (കോംപ്ലക്സ് അനാലിസിസ്)ത്തിന്റെ ഭാഗമാണ് എന്നതാണ്. പകരം ബീജഗണിതത്തിലുള്ള പ്രമേയത്തിന്റെ കർത്താക്കൾ ഗാൽവ, ഡെഡെകിന്റ്, ക്രോണക്കർ എന്നിവരാണ് – ഗൗസ്സല്ല.

ന്യൂട്ടന്റെ കാലശേഷം സമ്മിശ്ര സംഖ്യകളെക്കുറിച്ചുള്ള ഗൗരവമായ ഗവേഷണങ്ങളായിരുന്നു ഗൗസിന്റേത്. വെസ്സലിന്റെ ഗവേഷണങ്ങളെക്കുറിച്ച് ഗൗസിന് അറിയില്ലായിരുന്നു. എന്നാൽ സ്വതന്ത്രമായി അദ്ദേഹവും ഈ സംഖ്യകളെക്കുറിച്ചുള്ള ജ്യാമിതീയമായ വ്യാഖ്യാനത്തിൽ എത്തിച്ചേർന്നു. അതുകൊണ്ടു തൃപ്തിപ്പെടാൻ അദ്ദേഹം തയ്യാറായിരുന്നില്ല. അങ്കഗണിതത്തിന്റെ പൊതുവായ പ്രമാണങ്ങളുടെ അടിസ്ഥാനത്തിലുള്ള രൂപഭദ്രമായ ഒരു സിദ്ധാന്തമാണ് അദ്ദേഹം ആഗ്രഹിച്ചത്. അവിടെ $\sqrt{-1}$ എന്ന അയഥാർഥമായ ഒരു 'സംഖ്യ'ക്ക് സ്ഥാനമില്ല. ഈ അഭൗമമായ സംഖ്യയുടെ നിഗൂഢാർഥം അദ്ദേഹത്തെ അലട്ടിക്കൊണ്ടിരുന്നു. അവസാനം അങ്കഗണിതത്തിന്റെ അടിസ്ഥാനത്തിൽ തന്നെ അദ്ദേഹം പരിഹാരം കണ്ടെത്തി. ഇതിനായി $a + ib$ എന്ന സമ്മിശ്ര സംഖ്യയെ അദ്ദേഹം (a,b) എന്ന വാസ്തവിക സംഖ്യകളുടെ ഒരു ജോഡിയായി കണക്കാക്കി.

അവ തമ്മിലുള്ള സങ്കലനം, ഗുണനം എന്നീ ക്രിയകളെ അദ്ദേഹം $\sqrt{-1}$ ഉപയോഗിച്ചു ചെയ്യുമ്പോൾ കിട്ടുന്ന ഉത്തരങ്ങൾക്ക് പൊരുത്തപ്പെടുന്ന രീതിയിൽ നിർവചിച്ചു. അതായത്

$$(a, b) + (c, d) = (a + c, b + d)$$

$$(a, b) \times (c, d) = (ac - bd, ad + bc)$$

ഇപ്രകാരം i എന്ന നിഗൂഢസംഖ്യ ചിത്രത്തിൽനിന്ന് ഒഴിവായി.

(a, b) = (c, d) എന്നു കരുതുക. ഇതിനുള്ള വ്യവസ്ഥ a=c, b=d എന്ന് വാസ്തവിക സംഖ്യകളുടെ തുല്യതയുടെ അടിസ്ഥാനത്തിൽ അദ്ദേഹം നിർവഹിച്ചു. അതുകൊണ്ട് (a,b), (b,a) എന്ന സംഖ്യകൾ, aയും bയും തുല്യമല്ലെങ്കിൽ, തുല്യമല്ല. കൂടാതെ (a,o) എന്ന സംഖ്യ ക്രിയകളിൽ a എന്ന വാസ്തവിക സംഖ്യയെപ്പോലെ പെരുമാറുന്നു.

ഇപ്രകാരം ജ്യാമിതിക്കു പകരം സമ്മിശ്ര സംഖ്യകളുടെ ബീജഗണിതം തന്നെ കണ്ടെത്തുന്നതിൽ 1831–ൽ ഗൗസ് വിജയിച്ചു. എന്നാൽ ഇക്കാര്യം അദ്ദേഹം പുറത്തുവിട്ടത് ആറു വർഷങ്ങൾക്കുശേഷമാണ്. 1837–ൽ ഹാമിൽട്ടണും സ്വതന്ത്രമായി ഈ ബീജഗണിതം കണ്ടെത്തിയിരുന്നു. ആ സമയത്ത് സുഹൃത്തായിരുന്ന ബോലായ് ജ്യാമിതീയ വ്യാഖ്യാനത്തിൽ തൃപ്തിപ്പെട്ടതിൽ ഗൗസിനെ കുറ്റപ്പെടുത്തി എഴുതിയ കത്തിനുള്ള മറുപടിയിലാണ് ആറു വർഷങ്ങൾക്കുമുമ്പ് താൻ ഇവ കണ്ടെത്തിയതായി അദ്ദേഹം അറിയിച്ചത്. ഡിമോർഗൻ ഇതിനെ ഇരട്ട ബീജഗണിതം (ഡബിൾ ആൾജിബ്ര) എന്നു വിളിച്ചു.

ഇപ്രകാരം വാസ്തവിക സംഖ്യകളെ സമ്മിശ്ര സംഖ്യകളിലേക്ക് വിപുലീകരിച്ചു. ഗ്രീക്ക് ജ്യാമിതിയുടെ ചുവടുപിടിച്ച് ഇതിന് നിർവചനങ്ങൾ, പ്രമാണങ്ങൾ എന്നിവ ആവിഷ്കരിക്കേണ്ടിവന്നു. ഇതുപ്രകാരം സംഖ്യകൾ സങ്കലനം ഗുണനം എന്നീ രണ്ടു ക്രിയകൾ നിർവഹിച്ചിട്ടുള്ള ഒരു ഗണത്തിലെ അംഗങ്ങളാണ്. ഋണസംഖ്യകളെയും ഭിന്ന സംഖ്യകളെയും മറ്റു സംഖ്യകളുമായി ബന്ധപ്പെടുത്തി മാത്രമേ എന്തെങ്കിലും പ്രത്യേകതയുള്ള സംഖ്യകളായി കാണേണ്ടു. അതായത് -a എന്നാൽ a യുമായി സങ്കലനം ചെയ്താൽ 0 ലഭിക്കുന്ന സംഖ്യ. a യെക്കുറിച്ച് -a യുമായി ബന്ധിപ്പിച്ചും ഇത്തരത്തിൽ പറയാം. അതുകൊണ്ടുതന്നെ -a യെ b എന്ന മറ്റൊരു ചിഹ്നമുപയോഗിച്ചും എഴുതാം. a + b = 0 ആയിരിക്കുമെന്നുമാത്രം. ഭിന്നസംഖ്യകളെക്കുറിച്ചും ഇതു പറയാം. 0, 1 എന്നീ സംഖ്യകൾക്ക് ഈ ക്രിയകളുമായി ബന്ധപ്പെട്ട താഴെ നിർവചിച്ചിരിക്കുന്നപോലെ പ്രത്യേകതകളുണ്ട്:

$a + 0 = a, \quad a \times 1 = a$ (a ഏതെങ്കിലുമൊരു സംഖ്യ).

കൂടാതെ രണ്ടു സംഖ്യകളുടെ ഗുണനഫലം പൂജ്യമാണെങ്കിൽ അവയിൽ ഏതെങ്കിലും ഒന്ന് പൂജ്യമായിരിക്കണം. ഈ പ്രത്യേകത സാധാരണ സംഖ്യകൾക്കു മാത്രമല്ല ബാധകമെന്നും, ഈ ഗുണമുള്ള ഏറ്റവും സാമാന്യമായ ഗണം സമ്മിശ്രസംഖ്യകളുടേതാണെന്നും കണ്ടെത്തിയത് പത്തൊമ്പതാം നൂറ്റാണ്ടിന്റെ അവസാനത്തോടെയാണ്.

ഗണിതശാസ്ത്രത്തിൽ ഗ്രീക്കുകാരുടെ സംഭാവനകൾക്കുശേഷം

മേൽപ്പറഞ്ഞ കണ്ടെത്തലുകൾക്ക് ഏകദേശം രണ്ടായിരം വർഷങ്ങൾ വേണ്ടിവന്നല്ലോ. അതും പ്രശ്നപരിഹാരത്തിന് ഗ്രീക്ക് രീതിതന്നെ, യൂക്ലിഡിന്റെ സമീപനം തന്നെ, വേണ്ടിവന്നു. ഗ്രീക്കുകാരെ സംബന്ധിച്ചിടത്തോളം ഒരു പ്രശ്നം നേരിടുന്നുണ്ടെന്നു മനസിലാക്കിയാൽ അതിനെ ഇഴപിരിച്ചെടുക്കാനും പരിഹാരം കണ്ടെത്താനും അവർ പ്രാഗത്ഭ്യം കാണിച്ചിരുന്നു. അവരുടെ ഏറ്റവും വലിയ ചങ്കൂറ്റം കാണുന്നത് ഒരു അളവ് ആ പേരിനർഹമാവാൻ ഭിന്നസംഖ്യ ആവണമെന്നില്ലെന്ന നിഗമനത്തിലാണ്. അപരിമേയ സംഖ്യകളെ കൂടി ഉൾക്കൊള്ളുന്ന വിധം അവർ അളവ് എന്ന ആശയത്തെ വിപുലപ്പെടുത്തി. (ഒരു വൃത്തത്തിന്റെ ചുറ്റളവ് $2\pi r$ ആണല്ലോ) എന്നാൽ പിന്നീടുവന്നവരാകട്ടെ ഋണസംഖ്യകളും, അവാസ്തവിക സംഖ്യകളും ഉയർത്തിയ പ്രശ്നങ്ങളെന്തെന്നു മനസിലാക്കാൻ പോലും പരാജയപ്പെട്ടു. ആശ്ചര്യകരമായ മറ്റൊരു സംഗതി എന്തെന്നാൽ ഉദ്ഗ്രഥനരീതിയിലായാലും വിശ്ലേഷണരീതിയിലായാലും ഋണസംഖ്യകളേക്കാൾ മുമ്പ് മനസിലാക്കാൻ സാധിച്ചത് അവാസ്തവിക അഥവാ സമ്മിശ്രസംഖ്യകളെക്കുറിച്ചാണെന്നതാണ്.

ഇതേസമയം തന്നെ 1831-ൽ ഗൗസ് തുടങ്ങിയ ഗവേഷണങ്ങളുടെ ഫലമായി എണ്ണൽ സംഖ്യകളെ മറ്റൊരു ദിശയിലും സാമാന്യവൽക്കരിക്കപ്പെട്ടു. ബീജഗണിത സംഖ്യകൾ (ആൾജിബ്രയിക് നമ്പറുകൾ) എന്ന പേരിലറിയപ്പെടുന്ന ഇവയുടെ പഠനം ഇരുപതാം നൂറ്റാണ്ടും പിന്നിട്ട് ഇപ്പോഴും തുടർന്നുകൊണ്ടിരിക്കുന്നു. ഇതുകൂടാതെ ഗൗസിനെ തന്നെ പിന്തുടർന്ന് 1882 കാലത്ത് ക്രോണക്കറുടെ ശ്രമഫലമായി എല്ലാ സംഖ്യകളേയും എണ്ണൽ സംഖ്യകളിലേക്ക് ചുരുക്കിക്കൊണ്ടുവരാമെന്നും കണ്ടു.

എന്നാൽ ഇതിന് മറ്റൊരു വശമുണ്ട്. തന്റെ ജ്യാമിതി തികച്ചും പ്രമാണാധിഷ്ഠിതമാണെന്നും അതിന് അനുഭവസിദ്ധമായ പ്രപഞ്ചവുമായി കാര്യമായ ബന്ധമുണ്ടായിരിക്കണമെന്നില്ലെന്നും യൂക്ലിഡിനുതന്നെ അറിയാമായിരുന്നു. എന്നാൽ ഈ വസ്തുതയുടെ പ്രാധാന്യം പൂർണമായി മനസിലാക്കാൻ ആദ്യകാലത്തെ അദ്ദേഹത്തിന്റെ അനുയായികൾക്കു കഴിഞ്ഞിരുന്നില്ല. ഇന്നത്തെ ശാസ്ത്രജ്ഞന്മാർക്കാകട്ടെ യൂക്ലിഡിന്റെ ജ്യാമിതി മാത്രമല്ല, പ്രമാണങ്ങളെ അടിസ്ഥാനപ്പെടുത്തി നിഗമനരീതിയിൽ നിർമിക്കപ്പെട്ട ഏതൊരു ഗണിതശാസ്ത്ര വ്യവസ്ഥയും, അവയ്ക്ക് പ്രചോദനം എന്തുമാകട്ടെ, തികച്ചും സാങ്കൽപ്പികമായ അമൂർത്ത സൃഷ്ടികളാണെന്ന് അറിയാം. വാസ്തവിക സംഖ്യകളും സമ്മിശ്ര സംഖ്യകളും ഇത്തരത്തിലുള്ള സംഖ്യാവ്യവസ്ഥകൾ തന്നെ. പുതിയ പ്രമാണങ്ങളുടെ അടിസ്ഥാനത്തിൽ ഇതുപോലുള്ള മറ്റു സംഖ്യാവ്യവസ്ഥകളും നിർവചിക്കാൻ കഴിയും. ഇവയെക്കുറിച്ച് നമുക്ക് ചുരുക്കി പ്രതിപാദിക്കാം.

അതിസമ്മിശ്ര സംഖ്യകൾ

ഗൗസ് സമ്മിശ്ര സംഖ്യകളെക്കുറിച്ച് പഠനങ്ങൾ നടത്തിയിരുന്നകാലത്തുതന്നെ ഐറിഷ് ശാസ്ത്രജ്ഞനായിരുന്ന ഡബ്ലിയു ആർ

ഹാമിൽട്ടനും ഗവേഷണം നടത്തിയിരുന്നെന്നും രണ്ടുപേരും സ്വതന്ത്ര മായി ഒരേ നിഗമനങ്ങളിൽ എത്തിയിരുന്നെന്നും മുമ്പു സൂചിപ്പിച്ചിട്ടു ണ്ടല്ലോ. ഹാമിൽട്ടൺ തുടർന്നും ജ്യാമിതീയ രീതിയിൽതന്നെ മുന്നോട്ടു പോകാൻ ശ്രമിച്ചു.

a - ib എന്ന സംഖ്യയെ a + ibയുടെ അനുബന്ധ സമ്മിശ്ര സംഖ്യ എന്നുപറയുന്നു. ഇത്തരം രണ്ടു സംഖ്യകൾ തമ്മിൽ ഗുണിച്ചാൽ നമുക്ക് എന്തുകിട്ടുമെന്നു നോക്കാം.

$(a + ib)(a - ib) = a^2 + b^2$; ഒരു വാസ്തവിക സംഖ്യ. ഈ സംഖ്യ യുടെ വർഗമൂലത്തെ $[\sqrt{(a^2 + b^2)}]$, a + ib എന്ന സംഖ്യയുടെ നിരപേക്ഷ മൂല്യം (ആബ്സൊല്യൂട്ട് വാല്യു) എന്നു പറയുന്നു. ചുരുക്കത്തിൽ a + ib എന്ന സംഖ്യയെ z എന്ന് എഴുതുകയാണെങ്കിൽ z-ന്റെ നിരപേക്ഷ മൂല്യം$\sqrt{(a^2 + b^2)}$ ആണ്. ഇതിനെ നമ്മൾ $|z_1|$ എന്ന് എഴുതുന്നു. ഈ ചിഹ്നം വാസ്തവിക സംഖ്യകൾക്കും ബാധകമാണ്. −2 എന്ന സംഖ്യ യുടെ നിരപേക്ഷ മൂല്യം 2 ആണ്. −2നെ a എന്ന് എഴുതുകയാണെങ്കിൽ $|a| = 2$.

അതായത്
$$|a| = \begin{cases} a, & a \geq 0 \\ -a, & a < 0 \end{cases}$$

മറ്റൊരു വിധത്തിൽ പറഞ്ഞാൽ ഒരു സംഖ്യയുടെ നിരപേക്ഷമൂല്യം അതിന്റെ ചിഹ്നം കണക്കാക്കാതെയുള്ള വിലയാണ്.

ഇനി $z_1 = a_1 + ib_1$ എന്നും $z_2 = a_2 + ib_2$ എന്നും കരുതുക.
എങ്കിൽ z_1, z_2 എന്നീ സംഖ്യകളുടെ നിരപേക്ഷമൂല്യങ്ങൾ

$|z| = \sqrt{a^2_1 + b^2_1}$ $|z| = \sqrt{a^2_2 + b^2_2}$ എന്നു ലഭിക്കുന്നു.
നാം ഗുണനഫലം കാണുകയാണെങ്കിൽ
$z_1z_2 = (a_1a_2 - b_1b_2) + i(a_1b_2 + a_2b_1)$ എന്നു ലഭിക്കുന്നു.
ഈ സംഖ്യയുടെ നിരപേക്ഷമൂല്യം

$$|z_1z_2| = \sqrt{(a_1a_2 - b_1b_2)^2 + (a_1b_2 = b_2b_1)^2}$$

ആണല്ലോ? ഇതുതന്നെയാണ് $|z_1||z_2|$ എന്നീ രണ്ടു വാസ്ത വിക സംഖ്യകൾ ഗുണിച്ചാലും ലഭിക്കുക. അതായത്

$$|z_1z_2| = |z_1||z_2|$$

ഇവയുടെ വിലകൾ പകരം എഴുതി വർഗമെടുക്കുകയാണെങ്കിൽ
$(a_1a_1 - b_1b_2)^2 + (a_1b_2 + b_2b_1)^2 = (a_1{}^2 + b_1{}^2) \times (a_2{}^2 + b_2{}^2)$ ....(A)
എന്നും ലഭിക്കുന്നു.

$z = a + ib$ യും $\overline{z} = a - ib$ അതിന്റെ അനുബന്ധസംഖ്യയുമാണെങ്കിൽ

$$z\overline{z} = (a + ib)(a - ib) = a^2 + b^2 = |z_1|^2$$

അഥവാ z ഒരു സമ്മിശ്രസംഖ്യയാണെങ്കിൽ $|z_1| = \sqrt{z\overline{z}}$ എന്നു ലഭിക്കുന്നു.

മുകളിൽ കൊടുത്തിരിക്കുന്ന (A) എന്ന സമവാക്യത്തിൽ ഇടതു ഭാഗത്ത് രണ്ട് സംഖ്യകളുടെ വർഗങ്ങളുടെ തുകയാണ്. വലതുവശത്ത് രണ്ട് വർഗങ്ങളുടെ തുകകളുടെ ഗുണനഫലവും. ഇതാണ് ഈ സമവാക്യത്തിന്റെ പ്രത്യേകതയും.

ഉയർന്നുവന്ന ഒരു ചോദ്യം രണ്ടിലേറെ വർഗങ്ങളുടെ തുകകളുള്ള ഇത്തരത്തിലുള്ള സമവാക്യങ്ങളുണ്ടോ എന്നും എങ്കിൽ അവയുടെ സ്വഭാവം നിർണയിക്കുന്ന ഗുണവിശേഷമെന്തെന്നുമാണ്. (കാരക്ടറൈസേഷൻ). നാലു പദങ്ങളുള്ള ഒരു സമവാക്യം ഓയ്ലർ കണ്ടെത്തിയിരുന്നു. എന്നാൽ ഇതിന് ഒരു അവസാന ഉത്തരം ലഭിച്ചത് പത്തൊമ്പതാം നൂറ്റാണ്ടിന്റെ അവസാനത്തിലാണ്.

രസകരമായ സംഗതി ഇടതുവശത്ത് n പദങ്ങളുള്ള മുകളിൽ കൊടുത്തിരിക്കുന്നതുപോലുള്ള സമവാക്യങ്ങളെല്ലാം സമവാക്യം (A) യുമായി ബന്ധപ്പെട്ടിരിക്കുന്നു എന്നതാണ്. ഇവിടെ z എന്നാൽ സമ്മിശ്ര സംഖ്യ. യല്ല പകരം $a_1 + a_2 i + a_3 j + \ldots\ldots\ldots a_n l$, (i, j,....l അവാസ്തവിക യൂണിറ്റുകൾ) എന്ന തരത്തിലുള്ള സംഖ്യകളാണെന്നു മാത്രം. ഇത്തരം സംഖ്യകളെ അതിസമ്മിശ്ര (ഹൈപർ കോംപ്ലക്സ്) സംഖ്യകൾ എന്നു പറയുന്നു.

മറ്റൊരു പ്രശ്നം ഇത്തരം സംഖ്യകളെക്കൊണ്ടുള്ള ഹരണമാണ്. ഇവയുടെ കാര്യത്തിൽ ഹരണമൊഴിച്ചുള്ള മൂന്ന് അങ്കഗണിതക്രിയകളെ മാത്രമെ നാം നിർവചിക്കുന്നുള്ളു. ഹരണത്തിനുള്ള സാധ്യത പ്രത്യേക സംഖ്യാവ്യവസ്ഥയെ ആശ്രയിച്ചിരിക്കുന്നു. ഹരണക്രിയ നിർവചിച്ചിട്ടുള്ള സംഖ്യാവ്യവസ്ഥയെ ഹരണ വ്യവസ്ഥകൾ (ഡിവിഷൻ സിസ്റ്റംസ്) എന്നു വിളിക്കുന്നു. വാസ്തവികസംഖ്യകളുടെയും സമ്മിശ്രസംഖ്യകളുടെയും ഗണങ്ങൾ ഇവയ്ക്ക് ഉദാഹരണങ്ങളാണ്. അപൂർവങ്ങളാണെങ്കിലും ഇവയെക്കൂടാതെ മറ്റു സംഖ്യാഗണങ്ങളുമുണ്ട്; ഏറ്റവും പ്രധാനപ്പെട്ടവയാണ് ക്വാട്ടർണിയനുകളും കെയ്ലി സംഖ്യകളും. ക്വാട്ടർണിയൻസിനെക്കുറിച്ചു മാത്രമെ ഇവിടെ പരാമർശിക്കാനുദ്ദേശിക്കുന്നുള്ളു.

ക്വാട്ടർണിയനുകൾ

സമ്മിശ്രസംഖ്യകൾ a + ib എന്ന രൂപത്തിലാണല്ലോ നിർവചിച്ചിരിക്കുന്നത്? നമുക്ക് ഇതിനെ ചെറുതായൊന്നു വിപുലീകരിക്കാം.

$z = a + bi + cj$ എന്നത് ഒരു 'സംഖ്യ' ആണെന്നിരിക്കട്ടെ. ഇവിടെ a, b, c എന്നിവ വാസ്തവിക സംഖ്യകളും i, j എന്നിവ രണ്ടു ചിഹ്നങ്ങളുമാണ്.

ഇത്തരത്തിലുള്ള $z_1 = a_1 + b_1i + c_1j$, $z_2 = a_2 + b_2i + c_2j$ എന്നീ രണ്ടു സംഖ്യകൾ പരിഗണിക്കുക. ഇത്തരം സംഖ്യകളുടെ സങ്കലനവും ഗുണനവും നമുക്ക് നിർവചിക്കേണ്ടതുണ്ട്. ഇതില b_1, b_2, c_1, c_2 എന്നിവ പൂജ്യങ്ങളായാൽ നമുക്ക് z_1, z_2 എന്നീ വാസ്തവിക സംഖ്യകളും ലഭിക്കണം. അതനുസരിച്ച് ക്രിയകളും നാം നിർവചിക്കണം. ഇതിനായി നാം താഴെ കാണുന്ന വ്യവസ്ഥകൾ കൂടി വയ്ക്കുന്നു എന്നിരിക്കട്ടെ:

1. $k = k + 0i + 0j$ എന്ന വാസ്തവിക സംഖ്യയുടെയും $z = a + bi + cj$ എന്ന 'സംഖ്യ'യുടെയും ഗുണനഫലം $ka + kbi + kcj$ ആയിരിക്കണം.

ഹാമിൽട്ടൺ

2. a, b എന്നിവ വാസ്തവിക സംഖ്യകളാണെങ്കിൽ

$(az_1) \times (bz_2) = (ab) \times (z_1z_2)$ എന്ന സമവാക്യം സത്യമായിരിക്കണം.

3. $z_1 (z_2 + z_3) = z_1z_2 + z_1z_3$, $(z_1 + z_2)z_3 = z_1z_3 + z_2z_3$ എന്നീ വിതരണ (ഡിസ്ട്രിബ്യൂട്ടീവ്) നിയമങ്ങൾ അനുസരിക്കപ്പെടണം. ഇവിടെ സങ്കലനവും ഗുണനവും നിർവചിക്കാൻ വിഷമമില്ല. ഉദാഹരണത്തിന്

$$z_1 + z_2 = a_1 + a_2 + (b_1 + b_2) i + (c_1 + c_2)j$$

$$z_1z_2 = a_1a_2 + (a_1b_2 + a_2b_1)i + (a_1c_2 + a_2c_1) j$$

ഈ ഗുണനം സാഹചര്യ (അസ്സോസിയേറ്റീവ്) നിയമവും ക്രമവിനിമേയ (കമ്യൂട്ടേറ്റീവ്) നിയമവും അനുസരിക്കുന്നു:

$(z_1z_2)z_3 = z_1 (z_2z_3)$, $z_1z_2 = z_2z_1$.

എന്നാൽ ഇത്തരം സംഖ്യകൾ ഒരു ഹരണ വ്യവസ്ഥയാകുന്നില്ല. ഈ ആവശ്യത്തിനായി നമ്മുടെ സംഖ്യകളെ ഒന്നുകൂടി വികസിപ്പിക്കേണ്ടതുണ്ട്. അതിനായി i, j എന്നിവ കൂടാതെ k എന്ന ഒരു ചിഹ്നംകൂടി നാം പരിഗണിക്കുന്നു. ഇങ്ങനെ ലഭിക്കുന്ന സംഖ്യകളും അവ തമ്മിലുള്ള ക്രിയകളുമാണ് ക്വാട്ടർണിയനെ നിർവചിക്കുന്നത്. അതായത് $a + bi + cj + dk$ (a, b, c, d വാസ്തവിക സംഖ്യകൾ) എന്ന രൂപത്തിലുള്ള സംഖ്യകൾ.

$z_1 = a_1 + b_1i + c_1j + d_1 k$, $z_2 = a_2 + b_2i + c_2j + d_2k$ എന്നിവ രണ്ടു ക്വാർട്ടണിയനുകളാണെന്നിരിക്കട്ടെ. എങ്കിൽ അവ തമ്മിലുള്ള സങ്കലനത്തെ $z_1 + z_2 = (a_1 + a_2) + (b_1 + b_2) i + (c_1 + c_2)j + (d_1 + d_2) k$ എന്നു നിർവചിക്കാം.

ഗുണനത്തെ നിർവചിക്കാൻ i, j, k എന്നിവകൾ തമ്മിലുള്ള ഗുണനം നിർവചിച്ചാൽ മതി. ഇതു നാം താഴെ കൊടുക്കുന്നു:

$i \times i = ii = 1$, $jj = -1$, $kk = -1$

$ij = k$ $\quad ji = -k$
$jk = i$ $\quad kj = -i$
$ki = j$ $\quad ik = -j$

ij, ji എന്നിവ വ്യത്യസ്തങ്ങളായതുകൊണ്ടുതന്നെ ഈ ഗുണനത്തിന് ക്രമവിനിമേയ നിയമം ബാധകമല്ലെന്നു കാണാം. എന്നാൽ ഇത് സാഹചര്യനിയമം അനുസരിക്കുന്നതായി കാണാൻ കഴിയും.

മേൽക്കാണിച്ച ചില വ്യത്യസ്തകളുണ്ടെങ്കിലും ക്വാട്ടർണിയൻസും സമ്മിശ്ര സംഖ്യകളും തമ്മിലുള്ള സാമ്യം വളരെ വലുതാണ്. ഈ രണ്ടു വ്യവസ്ഥകളും ഹരണക്രിയ സാധ്യമായവയാണ്. കേവല മൂല്യവും നിർവചിക്കാൻ സാധ്യമാണ്. ഇവിടെയും ഗുണനഫലങ്ങളുടെ കേവലമൂല്യവും, മൂല്യങ്ങളുടെ ഗുണനഫലവും സമമാണ്. ഇതിന്റെയെല്ലാം അടിസ്ഥാനം ക്വാട്ടർണിയനുകളുടെ കാര്യത്തിലും അനുബന്ധ സംഖ്യകൾ നിർവചിക്കാമെന്നതാണ്.

$q = a + bi\ \ cj + dk$ എന്ന ക്വാട്ടർണിയന്റെ അനുബന്ധ ക്വാട്ടർണിയനാണ് $\overline{q} = a - bi - cj - dk$.

q, $\overline{q}$ എന്നിവയുടെ തുക ഒരു വാസ്തവിക സംഖ്യയാണ് എന്നത് വ്യക്തമാണ്. ഗുണനഫലവും ഇതുപോലെ വാസ്തവികസംഖ്യ തന്നെയാണ്.

സമ്മിശ്രസംഖ്യയുടെ കാര്യത്തിലെന്നപോലെ q എന്ന ഒരു ക്വാട്ടർണിയന്റെ കാര്യത്തിലും നാം കേവലമൂല്യം $|q|$ താഴെകാണും വിധം നിർവ്വചിക്കുന്നു :

$$|a| = \sqrt{(a^2 + b^2 + c^2 + d^2}$$

ഇതിൽനിന്ന് $q\overline{q} = |q|^2$ എന്നും കാണാൻ സാധിക്കും.

$z = a + ib$ എന്ന സംയുക്ത സംഖ്യയിൽ a യെ നാം z ന്റെ വാസ്തവിക ഭാഗം (റിയൽപാർട്ട്) എന്നും b യെ അവാസ്തവിക ഭാഗം (ഇമാജിനറിപാർട്ട്) എന്നും പറയുന്നു. ഇമാജിനറിപാർട്ട് മാത്രമുള്ള ib പോലുള്ള സംഖ്യകളും സമ്മിശ്രം തന്നെയാണ്.

$z = ib$ എന്നിരിക്കട്ടെ.

എങ്കിൽ $z^2 = -b$ എന്ന ഋണസംഖ്യയാണല്ലോ.

ക്വാട്ടർണിയന്റെ കാര്യത്തിലും ഗുണനത്തിന്റെ നിയമത്തിൽ നിന്ന് i, j, k എന്നിവ അവാസ്തവിക ഭാഗത്തെ കുറിക്കുന്ന ചിഹ്നമാണെന്നു കാണാം.

$q = bi + cj + dk$ ഒരു തികച്ചും അവാസ്തവികമായ ക്വാട്ടർണിയനാണെന്നിരിക്കട്ടെ. ഇവിടെയും

$q^2 = -(b^2 + c^2 + d^2)$ എന്നത് ഒരു ഋണസംഖ്യ തന്നെയാണ്. തിരിച്ച് ഒരു ക്വാട്ടർണിയന്റെ വർഗം പൂജ്യത്തേക്കാൾ ചെറിയ ഒരു വാസ്തവിക സംഖ്യയാണെങ്കിൽ ആ ക്വാട്ടർണിയൻ തികച്ചും അവാസ്തവിക ഭാഗം മാത്രമുള്ളതാണെന്നും കാണാം.

സമ്മിശ്ര സംഖ്യകളുടെ കാര്യത്തിൽ നാം വർഗങ്ങളുടെ തുകയെ സംബന്ധിച്ച ഒരു സമവാക്യം കണ്ടു. അവിടെ ഇടതുവശത്ത് രണ്ടുപദങ്ങളാണ് ഉണ്ടായിരുന്നത്. എന്നാൽ ക്വാട്ടർണിയന്റെ കാര്യത്തിൽ നാലു പദങ്ങളാണ് ഉള്ളത്. അതായത്

$q_1 = a_1 + b_1 i + c_1 j + d_1 k$, $q_2 = a_2 + b_2 i + c_2 j + d_2 k$ എന്നിരിക്കട്ടെ.

ഇവ ഉപയോഗിച്ച് നമുക്ക് താഴെകാണുന്ന സമവാക്യം ലഭിക്കും:

$$(a_1a_2 - b_1b_2 - c_1c_2 - d_1d_2)^2 + (a_1b_2 + a_2b_1 + c_1d_2 - c_2d_1)^2 +$$
$$(a_1c_2 + a_2c_1 + b_1d_2 - b_2d_1)^2 + (a_1d_2 + a_2d_1 + b_1c_2 - b_2c_1)^2$$
$$= (a_1^2 + b_1^2 + c_1^2 + d_1^2)(a_2^2 + b_2^2 + c_2^2 + d_2^2)$$

ഇങ്ങനെ നാം 2 പദങ്ങൾക്കും 4 പദങ്ങൾക്കും മുകളിൽ കാണുന്ന തരത്തിലുള്ള സമവാക്യങ്ങളുണ്ടെന്നു കണ്ടു. ഒരു പൊതു ചോദ്യം ഉയർന്നു – n എന്ന സംഖ്യക്ക് ഏതെല്ലാം വിലകൾക്ക് മുകളിൽ കൊടുത്ത തരത്തിലുള്ള സമവാക്യങ്ങൾ കണ്ടെത്താൻ കഴിയും? കുറേ കാലത്തേക്ക് ഈ പ്രശ്നം ഒരു കീറാമുട്ടിയായി കിടന്നു.

അവസാനം 1898–ൽ എ ഹുർവിറ്റ്സ് എന്ന ഗണിത ശാസ്ത്രജ്ഞൻ ഉത്തരം കണ്ടെത്തി. n = 1, 2, 4, 8 എന്നീ വിലകൾക്കു മാത്രമെ ഇവ നിലനിൽക്കുന്നുള്ളു.

സദിശങ്ങൾ

പരിമാണവും ദിശയുമുള്ള രാശികളാണ് സദിശങ്ങൾ അഥവാ വെക്ടറുകൾ. ഇവയും ഇവയുടെ വിപുലീകരിച്ച രൂപമായ ടെൻസറുകളും ആധുനിക ഭൗതികശാസ്ത്രത്തിന്റെ അവിഭാജ്യഘടകങ്ങളാണ്. പ്രവേഗം, ത്വരണം, ബലം എന്നിവ ഭൗതികശാസ്ത്രത്തിൽ നിന്നുള്ള ഉദാഹരണങ്ങളാണ്. ഇവയും ക്വാട്ടർണിയുകളുമായുള്ള ബന്ധത്തെക്കുറിച്ച് വളരെ ചുരുക്കി പ്രതിപാദിക്കാനെ ഉദ്ദേശ്യമുള്ളു.

$q = a + bi + cj + dk$ എന്ന ക്വാട്ടർണിയൻ നമുക്കു പരിഗണിക്കാം. ഇതിൽ ആദ്യത്തെ പദം ഒരു വാസ്തവിക സംഖ്യയാണല്ലോ. ഇതിനെ നാം qയുടെ സംഖ്യാഭാഗം എന്നു വിളിക്കുന്നു. ബാക്കി വരുന്ന $bi + cj + dk$ എന്ന അവാസ്തവിക ഭാഗത്തെ വെക്ടർ എന്നും വിളിക്കാം. രണ്ടു ക്വാട്ടർണിയനുകളെ അങ്കഗണിതത്തിലെ ക്രിയകൾക്ക് വിധേയമാക്കിയാൽ ലഭിക്കുന്ന ക്വാട്ടർണിയനും ഈ രണ്ടു ഭാഗങ്ങളുമുണ്ടാകുമെന്നത് വ്യക്തമാണല്ലോ.

$q_1 = b_1 i + cij + d_1 k$, $q_2 = b_2 i + c_2 j + d_2 k$ എന്നീ രണ്ടു വെക്ടർ ക്വാട്ടർണിയനുകൾ തമ്മിൽ ഗുണിച്ചു എന്നിരിക്കട്ടെ. ഗുണനഫലത്തിന്,

$-(b_1b_2 + c_1c_2 + d_1d_2)$ എന്ന സംഖ്യാഭാഗവും
$(c_1d_2 - c_2d_1)i + (d_1b_2 - d_2b_1)j + (b_1c_2 - b_2c_1)k$
എന്ന വെക്ടറും ലഭിക്കും.

ഇതിൽ സംഖ്യാ ഭാഗത്തിന്റെ ചിഹ്നത്തെ മാറ്റിയാൽ കിട്ടുന്ന സംഖ്യയെ നാം q_1, q_2 എന്നീ വെക്ടറുകളുടെ അദിശഗുണനഫലം (സ്കാലാർ പ്രോഡക്ട്) എന്നുപറയുന്നു. വെക്ടർ ഭാഗത്തെ സദിശ ഗുണന ഫലം (വെക്ടർ പ്രോഡക്ട്) എന്നുംപറയുന്നു.

സദിശങ്ങളെ നമുക്ക് മറ്റു പലതരത്തിലും നിർവചിക്കാം. ഉദാഹരണത്തിന് ക്ലിഫോർഡിന്റെ ജ്യാമിതീയ ബീജഗണിതമുപയോഗിച്ച്. സദിശങ്ങൾക്കുതന്നെ കൂടുതൽ സാമാന്യമായ ടെൻസറുകൾ തുടങ്ങിയ രൂപങ്ങളുണ്ട്. അവയെ ഇവിടെ പരിഗണിക്കാനുദ്ദേശിക്കുന്നില്ല. ഇവയിൽ സദിശങ്ങൾ ഭൗതികശാസ്ത്രത്തിൽ ആദ്യംതന്നെ ഇടം കണ്ടെത്തിയെങ്കിൽ ടെൻസറുകൾ ആവശ്യമായി വന്നത് ഐൻസ്റ്റൈന്റെ ആപേക്ഷികതാ സിദ്ധാന്തത്തോടെയാണ്.

ബീജീയ-അബീജീയ സംഖ്യകൾ

വാസ്തവിക സംഖ്യകളിൽ നിന്ന് ആരംഭിച്ചു നമ്മൾ സമ്മിശ്ര സംഖ്യകൾ, അതിസമ്മിശ്ര സംഖ്യകൾ, സദിശങ്ങൾ, ടെൻസറുകൾ തുടങ്ങി പലതരം സംഖ്യകൾ കണ്ടു. എന്നാൽ വാസ്തവിക സംഖ്യകളുടെ പഠനം അവിടംകൊണ്ടും അവസാനിച്ചിരുന്നില്ല, അവസാനിക്കാൻ പോകുന്നുമില്ല.

സംഖ്യകളെ ജ്യാമിതീയമായി പ്രതിനിധാനം ചെയ്യുന്ന രീതി സ്കൂൾ കുട്ടികൾക്കുപോലും സുപരിചിതമാണല്ലോ? കടലാസിൽ കൊള്ളാവുന്ന നീളത്തിൽ ഒരു നേർരേഖ വരക്കുന്നു. അതിൽ ഒരു ബിന്ദുവിനെ 0 എന്നു സങ്കൽപ്പിക്കുന്നു. വലതുവശത്തേക്ക് തുല്യ ഇടവിട്ട് 1, 2, 3, 4..... എന്നിങ്ങനെയും അതുപോലെ ഇടത്തോട്ട് -1, -2, -3.... എന്നിങ്ങനെയും അടയാളപ്പെടുത്തുന്നു. ഭിന്നസംഖ്യകളാണെങ്കിൽ ഇവയ്ക്കിടയിൽ കിടക്കുന്നു. അപരിമേയങ്ങളാണെങ്കിൽ, അതും അസമ്മേയങ്ങൾ ആണെങ്കിൽ പ്രശ്നം ഉണ്ടാകുന്നു എന്നും നാം കണ്ടു. ഇതുമാത്രമല്ല ഋണസംഖ്യകൾപോലും താരതമ്യേന ആധുനികമാണെന്നും നാം കണ്ടു. അതായത് പൂജ്യത്തിൽ നിന്ന് വലത്തോട്ടുള്ള രേഖാഖണ്ഡം മാത്രമെ ആദ്യകാലത്ത് പരിഗണിക്കാൻ സാധിച്ചിരുന്നുള്ളു.

സംഖ്യകളെക്കുറിച്ചുള്ള അവബോധത്തിന്റെ വളർച്ചയിൽ ബീജീയ സമീകരണങ്ങളുടെ പങ്ക് നാം നേരത്തേ കണ്ടിട്ടുണ്ട്. ഇത്തരം ഒരു സമീകരണത്തിന്റെ പൊതുരൂപമാണ്,

$$a_0 + a_1x + a_2x^2 + ...+ a_nx^n = 0.$$

ഇവിടെ a_0, a_1, ...a_n എന്നീ ഗുണാങ്കങ്ങൾ പരിമേയ സംഖ്യകളായിരിക്കണം. n വ്യക്തമായും ഒരു എണ്ണൽസംഖ്യയായിരിക്കും. ഇത്തരം ഒരു സമീകരണത്തിന്റെ ഏതൊരു നിർധാരണ മൂല്യത്തേയും നാം ബീജീയ സംഖ്യകൾ എന്നു വിളിക്കുന്നു. (മറ്റ് സംഖ്യകളെ അബീജീയമെന്നും). ഇത്തരം സംഖ്യകളുടെ എണ്ണം അനന്തമാണെന്നു കാണാൻ വിഷമമില്ല. ഉദാഹരണമായി c എന്ന ഏതൊരു പരിമേയസംഖ്യയും $x - c = 0$

എന്നൊരു സമീകരണത്തിൽ നിന്നും ലഭിക്കുമല്ലോ? വളരെയേറെ അപരിമേയസംഖ്യകളും ഇത്തരത്തിലുള്ളവ തന്നെ. ഇതിൽനിന്ന് മിക്കവാറും എല്ലാ സംഖ്യകളും ബീജീയസംഖ്യകളാണെന്ന നിഗമനത്തിൽ എത്താമെന്നു കരുതിയാൽ തെറ്റി – അബീജീയസംഖ്യകളാണ് കൂടുതൽ.

ഒരു സംഖ്യ അബീജീയസംഖ്യ ആണോ അല്ലയോ എന്നു നിർണയിക്കാൻ എളുപ്പമല്ല. ഓയ്‌ലറെ പോലെയുള്ള ഒരു പ്രതിഭാശാലിപോലും e (എക്സ്പൊണെൻഷ്യൽ) ബീജീയമാണോ അല്ലയോ എന്നു നിർണയിക്കുന്നതിൽ പരാജയപ്പെട്ടു.

e എന്ന സംഖ്യ കലനത്തിലും വിശ്ലേഷണത്തിലും വളരെ പ്രധാനപ്പെട്ടതാണ്. ഈ സംഖ്യ ഒരു അപരിമേയ സംഖ്യയാണെന്ന് ഓയ്‌ലർക്കറിയാമായിരുന്നു. എന്നാൽ ഏതൊരുകൂട്ടം ഗുണാങ്കങ്ങൾക്കും ഏതൊരു കൃത്യങ്കത്തിനും e നിർധാരണമായി വരുന്ന ഒരു സമീകരണം കണ്ടെത്തുക എന്നത് എളുപ്പമല്ലല്ലോ? eയെ പോലെ തന്നെ π എന്ന സംഖ്യയും അബീജീയമാണോ അല്ലയോ എന്നതും ഓയ്‌ലറെ പോലെ അനേകം ഗണിതശാസ്ത്രജ്ഞരെ കുഴക്കിക്കൊണ്ടിരുന്നു. ജോഹൻ ഹെയിൻറിച്ച് ലാമ്പർട്ട് (1728–77) എന്ന സ്വിസ് ഗണിതശാസ്ത്രജ്ഞൻ ഇതിൽ പ്രധാനപ്പെട്ട ഒരു വിജയം നേടി – 1768–ൽ അദ്ദേഹം π ഒരു അപരിമേയ സംഖ്യയാണെന്നും കണ്ടുപിടിച്ചു. ഇതേ നൂറ്റാണ്ടിന്റെ അവസാനത്തോടെ ആഡ്രിയൻ മാരി ലഷാൻഡർ എന്ന ഫ്രഞ്ചു ശാസ്ത്രജ്ഞൻ π ഒരു അബീജീയ സംഖ്യയാണെന്ന അഭ്യൂഹത്തിലെത്തി. മറ്റൊരു ഫ്രഞ്ച് ഗണിതശാസ്ത്രജ്ഞനായിരുന്ന ജോസഫ് ലയവല്ലി (1809–82) എണ്ണിയാലൊടുങ്ങാത്ത അബീജീയസംഖ്യകളെ കണ്ടുപിടിച്ചു. ഇതിനുശേഷം മറ്റൊരു ഫ്രഞ്ച് ഗണിതശാസ്ത്രജ്ഞനായിരുന്ന ചാൾസ് ഹെർമെറ്റ് (1822–1901) ഓയ്‌ലറുടെ പ്രോജക്ടിന് അന്ത്യംകുറിച്ച് e അബീജീയമാണെന്നു കണ്ടുപിടിച്ചു. ഒമ്പതു വർഷങ്ങൾക്കുശേഷം ജർമൻകാരനായ എഫ് ലിൻഡെമാൻ π അബീജീയമാണെന്നും കണ്ടെത്തി.

ബീജീയസംഖ്യകളിൽ നിന്നും വ്യത്യസ്തമായി അബീജീയസംഖ്യകളെ കൈകാര്യം ചെയ്യാൻ അതിന്റേതായ ബുദ്ധിമുട്ടുണ്ട്. അപരിമേയ സംഖ്യയായ $\sqrt{2}$ ആണെങ്കിലും നമുക്ക് $x^2 - 2 = 0$ എന്ന ഒരു സമവാക്യമുപയോഗിച്ച് സൂചിപ്പിക്കാം. എന്നാൽ അബീജീയ സംഖ്യകളുടെ കാര്യത്തിൽ ഇത്തരം വിദ്യകളൊന്നും നടക്കില്ല. അതുകൊണ്ട് വ്യഞ്ജനങ്ങളിലും (എക്സ്പ്രഷൻസ്) മറ്റും നാം അവയുടെ പേരുതന്നെ ഉപയോഗിക്കുന്നു. ഉദാഹരണമായി ഒരു വൃത്തത്തിന്റെ വിസ്തീർണം (ആരം γ ആണെങ്കിൽ) $\pi\gamma^2$ എന്നേ എഴുതാറുള്ളു. ഗണിക്കുന്നതിന് ഏകദേശ വിലയായ $\frac{22}{7}$ അല്ലെങ്കിൽ 3.14 ഉപയോഗിക്കുമെങ്കിലും. ഇതുപോലെ തന്നെ ഏകദേശ വിലയായ 2.71 പകരം e തന്നെ ഉപയോഗിക്കുന്നു.

ഇതോടെ വാസ്തവിക സംഖ്യകൾ മുഴുവൻ കണ്ടെത്തി എന്ന് ആശ്വസിക്കാം. പക്ഷെ സംഖ്യകളുടെ വർഗീകരണത്തിൽ ഒരു പരിധിവരെ വിജയിച്ചു എന്നുപറയാമെങ്കിലും പ്രശ്നങ്ങൾ വീണ്ടും അവശേഷിച്ചു. പരിമേയ–അപരിമേയ സംഖ്യകൾ, ബീജീയ – അബീജീയ സംഖ്യകൾ എന്നു തുടങ്ങി നാമ ജോഡികൾതന്നെ പ്രശ്നം വ്യക്തമാക്കുന്നു. അപരിമേയ സംഖ്യകൾ എന്നാൽ പരിമേയങ്ങളല്ലാത്തവ എന്നതിൽ കൂടുതൽ ഇവ തമ്മിലുള്ള ബന്ധം വ്യക്തമല്ല (ഇത് പൈതഗോറിയന്മാർക്കുപോലും അറിവുള്ളതായിരുന്നു). ഇതുതന്നെ ബീജീയ–അബീജീയ സംഖ്യകളുടെ കാര്യത്തിലും. ഈ വിവിധതരം സംഖ്യകൾ തമ്മിലുള്ള ബന്ധത്തെക്കുറിച്ചു മനസിലാക്കി അങ്കഗണിതത്തിന് കൂടുതൽ യുക്തിസഹമായ ഒരു അടിത്തറ പണിയുന്ന ജോലി അവശേഷിച്ചു.

ലിൻഡെമാൻ

ഡെഡെകിന്റും സംഖ്യാരേഖയും

മേൽപ്പറഞ്ഞ സമസ്യ ഏറ്റെടുത്ത ജർമൻ ഗണിതശാസ്ത്രജ്ഞനായിരുന്നു റിച്ചാർഡ് ഡെഡെകിന്റ് (1831–1916). സംഖ്യക്ക് ഒരു സർവംസ്പർശിയായ അർഥം നിർദേശിച്ചത് ഇദ്ദേഹമായിരുന്നു. ഗോട്ടിങ്ങൻ സർവകലാശാലയിൽ നിന്ന് ഡോക്ടറേറ്റ് നേടിയ അദ്ദേഹം അധികകാലവും ഒരു ഹൈസ്കൂൾ അധ്യാപകനായിരുന്നു. ഇക്കാലത്താണ് സംഖ്യയുടെ അന്നു നിലവിലുണ്ടായിരുന്ന നിർവചനത്തിന്റെ അപൂർണത അദ്ദേഹത്തിന്റെ ശ്രദ്ധയെ ആകർഷിച്ചത്. ഉദാഹരണമായി ഇരുപത്തഞ്ച് നൂറ്റാണ്ടുകൾക്കുശേഷവും അപരിമേയ സംഖ്യകളെക്കുറിച്ചുള്ള അറിവ് പൈതഗോറിയന്മാരുടേതു മാത്രമായിരുന്നു – പരിമേയമല്ലാത്തവ അപരിമേയം. പരിമേയസംഖ്യകളുടെ ദശാംശരൂപത്തിൽ ദൃശ്യമാകുന്ന ക്രമം അപരിമേയസംഖ്യകൾക്കു ദൃശ്യമല്ല. എന്നാൽ എന്തല്ല എന്ന അറിവു മാത്രം ഉൾക്കാഴ്ച നൽകുന്നില്ല. ഇതിന് ഡെഡിക്കിന്റ് നിർദേശിച്ച പ്രതിവിധിയാണ് വാസ്തവിക സംഖ്യകളെ പ്രതിനിധാനം ചെയ്യുന്ന തുടക്കത്തിൽ പരാമർശിച്ച രേഖ.

ഒരു രേഖ അവിരതമാണെന്നത് ജ്യാമിതിയിലെ ഒരു പ്രമാണമാണല്ലോ? ഇതിൽ നിന്നാണ് ഡെഡെകിന്റ് ആരംഭിച്ചത്. മുഴുവൻ സംഖ്യ

കളേയും ക്രമത്തിൽ പരിഗണിച്ചാൽ അവയും രേഖപോലെ അവിരതം തന്നെ എന്നു കാണിക്കലായിരുന്നു അദ്ദേഹത്തിന്റെ ലക്ഷ്യം. സംഖ്യകൾക്കിടയിൽ ശൂന്യതയില്ല. ഇതിനായി സംഖ്യകളും ഒരു രേഖയിലെ ബിന്ദുക്കളുമായി ഒന്നിനൊന്നു പൊരുത്തമുണ്ടെന്ന് സ്ഥാപിക്കാനാണ് അദ്ദേഹം ശ്രമിച്ചത്.

പരിമേയ സംഖ്യകൾ അടയാളപ്പെടുത്തിയ ഒരു രേഖയിൽ നിന്നാണ് അദ്ദേഹം ആരംഭിച്ചത്. എവിടെയെങ്കിലും രേഖയെ ഛേദിച്ചെന്നു കരുതുക. നമുക്ക് രണ്ടു ഖണ്ഡങ്ങൾ ലഭിക്കുന്നു. അതിൻഫലമായി സംഖ്യകളുടെ രണ്ടു ഗണങ്ങളും – ഒരു ഗണം ഛേദനത്തിന്റെ ഇടതുവശത്തും ഒന്ന് വലതുവശത്തും. ഇടതുവശത്തുള്ള ഖണ്ഡത്തിൽ കിടക്കുന്ന ഓരോ സംഖ്യയും വലതു വശത്തുള്ള ഓരോ സംഖ്യയേക്കാളും ചെറുതാണല്ലോ? അതുപോലെ വലതുവശത്തുള്ള ഓരോന്നും ഇടതുവശത്തുള്ളവയേക്കാൾ വലുതും.

രേഖയെ ഛേദിച്ചിരിക്കുന്നത് 'a' എന്ന ബിന്ദുവിലാണെന്നു കരുതുക. aയോടു ബന്ധപ്പെട്ട സംഖ്യ പൂജ്യത്തിൽനിന്നുള്ള (സദിശ) ദൂരത്തെ കുറിക്കുന്നു. അതിനാൽ 0-ന് വലതുവശത്താണെങ്കിൽ ധനസംഖ്യയും ഇടതുവശത്താണെങ്കിൽ ഋണസംഖ്യയുമായിരിക്കും. ഈ സംഖ്യയേയും നാം a എന്നുതന്നെ എഴുതുന്നു. a ഒരു പരിമേയ സംഖ്യയോ അപരിമേയസംഖ്യയോ ആയിരിക്കണമല്ലോ. ഇവിടെ നമുക്ക് ഒരു നിർണായക തീരുമാനമെടുക്കണം– a ഇടതുവശത്തെ ഗണത്തിലോ, വലതുവശത്തെ ഗണത്തിലോ പെടുത്തേണ്ടത്?

ഡെഡെകിന്റ്

aയെ ഇടതുവശത്തെ ഗണത്തിൽപ്പെട്ടതായും അത് ഒരു പരിമേയ സംഖ്യയാണെന്നും കരുതുക. ഇപ്പോൾ ഇടതുവശത്തെ ഗണത്തിൽ ഏറ്റവും വലിയ ഒരു പരിമേയസംഖ്യയുണ്ട്, a തന്നെ. വലതുവശത്തെ ഗണത്തിൽ ഏറ്റവും ചെറിയ ഒരു പരിമേയസംഖ്യ ഇല്ലതാനും. കാരണം ഈ സംഖ്യ b ആണെന്നിരിക്കട്ടെ. ഇത് aയിൽ നിന്നും വ്യത്യസ്തമായിരിക്കണം – a ഇടത്തെ ഗണത്തിലാണല്ലോ? എന്നാൽ aക്കും bക്കും ഇടയ്ക്ക് നമുക്ക് ഒരു അപരിമേയസംഖ്യയെ കണ്ടെത്താൻ സാധിക്കും. അതിനാൽ വലതുവശത്തെ ഏറ്റവും ചെറിയ സംഖ്യ, aക്കു തൊട്ടു കിടക്കുന്നത്, ഒരു അപരിമേയ സംഖ്യയായിരിക്കും.

a ഇടത്തെ ഗണത്തിൽ തന്നെയെന്നും, ഈ ഗണത്തിൽ ഏറ്റവും വലിയ ഒരു പരിമേയ സംഖ്യ ഇല്ലെന്നുമിരിക്കട്ടെ. എങ്കിൽ a ഒരു അപരി

മേയ സംഖ്യയാണ്. aയെ വലതുവശത്തെ ഗണത്തിൽ പെട്ടതായി കരുതിയാലും സമാനമായ ഫലങ്ങൾ നമുക്ക് ലഭിക്കും. ഈ സാങ്കൽപ്പിക പരീക്ഷണം ഡെഡെകിന്റ് ഛേദനം (ഡെഡെകിന്റ് കട്ട്) എന്ന പേരിലാണ് അറിയപ്പെടുന്നത്.

മുകളിൽ കാണിച്ചപോലെ ഓരോ ഡെഡെകിന്റ് കട്ടിനോടും ഓരോ വാസ്തവിക സംഖ്യയെ ബന്ധപ്പെടുത്തുന്ന ആശയത്തിന് ഗണിതശാസ്ത്രത്തിൽ അതിയായ പ്രാധാന്യമുണ്ട് – സംഖ്യകളുടെ അനുക്രമം അനുസ്യൂതമാണ്. ഇടയ്ക്ക് വിടവുകളില്ല. ഇത് പ്രത്യക്ഷത്തിൽ നിസ്സാരമെന്നു തോന്നാമെങ്കിലും അഗാധമായ അർഥതലങ്ങളുള്ളതാണ്. ഏതൊരർഥത്തിലും വാസ്തവിക സംഖ്യാസമ്പ്രദായത്തിന്റെ ഒരു സമ്പൂർണ്ണമായ പ്രതിനിധാനം ഇതോടെ സാധ്യമായി. പൈതഗോറിയന്മാർ അപരിമേയ സംഖ്യകൾ കണ്ടുപിടിച്ച് ഇരുപത്തഞ്ചോളം ശതാബ്ദങ്ങൾക്കു ശേഷം അവയ്ക്ക് സംഖ്യകളുടെ ഗണത്തിൽ അർഹമായ സ്ഥാനം കൽപ്പിച്ചു കൊടുക്കുന്നതിൽ ഡെഡെകിന്റ് വിജയിച്ചു. മാത്രമല്ല വിവിധതരം സംഖ്യകളുടെ കണ്ണികളെ വിളക്കിച്ചേർത്ത് അനന്തമായ സംഖ്യകളുടെ അനുക്രമം നിർമ്മിച്ചെടുക്കുന്നതിലും. ഇതോടെ പൈതഗോറിയന്മാർ കണ്ട് ഞെട്ടിപ്പോയ $\sqrt{2}$ എന്ന സംഖ്യക്കും യുക്തിസഹമായ ഒരു അർത്ഥം കണ്ടെത്താൻ കഴിഞ്ഞു. ഇത് സംഖ്യാ രേഖയിലെ ഒരു ഡെഡെകിന്റ് കട്ടിന്റെ സ്ഥാനമാണ്; $\frac{a}{b}$ എന്നത് ഇതിന്റെ ഇടതുവശത്തുള്ള ഒരു പരിമേയ സംഖ്യയാണെങ്കിൽ $\frac{a^2}{b^2} < 2$. വലതു വശത്താണെങ്കിൽ $\frac{a^2}{b^2} > 2$.

സമാനമായ അർഥം സമ്മിശ്ര സംഖ്യകൾക്കും കൽപ്പിക്കാൻ കഴിഞ്ഞു. ഇവിടെ ഒരു സമതലത്തിൽ പരസ്പരം ലംബങ്ങളായ രണ്ടു രേഖകൾ സങ്കൽപ്പിക്കണമെന്നു മാത്രം.

പത്തൊമ്പതാം നൂറ്റാണ്ടിന്റെ ഉത്തരാർധത്തിൽ തങ്ങൾ ശരിയായ ദിശയിലാണ് പോകുന്നത് എന്ന വിശ്വാസത്തോടെ, ഉറച്ച കാൽവയ്പോടെ, മുന്നേറാൻ ഡെഡെകിന്റ് ഗണിതശാസ്ത്രജ്ഞന്മാരെ പ്രാപ്തരാക്കി.

4

ഗണിതശാസ്ത്രത്തിന് കേരളത്തിന്റെ സംഭാവനകൾ

ഭാസ്കരാചാര്യരെ (രണ്ടാമൻ) ഇന്ത്യയിലെ അവസാനത്തെ ഗണിതശാസ്ത്രജ്ഞനായാണ് പാശ്ചാത്യലോകം കണക്കാക്കിയിരുന്നത്. ബ്രിട്ടീഷ് ഈസ്റ്റിന്ത്യാ കമ്പനിയിൽ ഒരു സിവിലിയൻ ഉദ്യോഗസ്ഥനായിരുന്ന ചാൾസ് വിഷ് 1835–ൽ പ്രസിദ്ധീകരിച്ച ഒരു ലേഖനത്തിൽ അന്നേവരെ കാര്യമായി ശ്രദ്ധിക്കപ്പെട്ടിട്ടില്ലാത്ത നാലു ഗ്രന്ഥങ്ങളെക്കുറിച്ച് പ്രതിപാദിച്ചിരുന്നു – നീലകണ്ഠന്റെ *തന്ത്രസംഗ്രഹം*, ജ്യേഷ്ഠദേവന്റെ *യുക്തിഭാഷ*, പുതുമന സോമയാജിയുടെ *കരണപദ്ധതി*, ശങ്കരവർമ്മന്റെ *സദ്രത്നമാല* എന്നിവയായിരുന്നു ഇവ. ജ്യോതിശാസ്ത്രത്തിലും ഗണിതശാസ്ത്രത്തിലും ഭാസ്കരാചാര്യർക്കുശേഷം ഭാരതത്തിൽ, പ്രത്യേകിച്ച് കേരളത്തിൽ നടന്നിട്ടുള്ള ഗവേഷണഫലങ്ങളാണ് ഇവയിലൂടെ വെളിച്ചത്തു വന്നത്. ഇതിൽതന്നെ *തന്ത്രസംഗ്രഹ*ത്തെക്കുറിച്ച് വിഷ് പറഞ്ഞത് നീലകണ്ഠൻ കലനത്തിന്റെ അടിത്തറ പാകിയെന്നാണ്. അക്കാലത്ത് പാശ്ചാത്യലോകത്തിന് അജ്ഞാതമായിരുന്ന കലനവും ശ്രേണികളും *സദ്രത്നമാല*യിലും പ്രതിപാദിച്ചിട്ടുണ്ട്.

വിഷിന്റെ ഈ ലേഖനവും വീണ്ടും ഒരു നൂറ്റാണ്ടുകാലത്തോളം ശ്രദ്ധിക്കപ്പെടാതെ പോകയാണുണ്ടായത്. കാൾ ഗൗസിന്റെയും കോഷിയുടെയുമെല്ലാം കാലഘട്ടത്തിലാണ് ഇതു സംഭവിച്ചത് എന്നത് ശാസ്ത്രം എത്രമാത്രം യൂറോ കേന്ദ്രീകൃതമായി കഴിഞ്ഞിരുന്നെന്നു കാണിക്കുന്നു.

ആയിരത്തിതൊള്ളായിരത്തി നാൽപ്പതുകൾ മുതൽ ശ്രീ. സി ടി രാജഗോപാലും (മദ്രാസ് സർവകലാശാല) അദ്ദേഹത്തിന്റെ ഗവേഷണ സംഘവുമാണ് വിഷിന്റെ ലേഖനം വീണ്ടും പൊടിതട്ടി എടുത്തത്. എങ്കിലും ഇപ്പോഴുമിത് വേണ്ടത്ര പണ്ഡിത ശ്രദ്ധ പിടിച്ചുപറ്റിയിട്ടില്ല.

മേൽപ്പറഞ്ഞ നാലു പേരടക്കമുള്ള കേരളത്തിൽ നിന്നുള്ള ആദ്യ കാല ഗണിതശാസ്ത്രജ്ഞരെ കുറിച്ചുള്ള അറിവ് ഇന്നും അപൂർണമാണ്. പടിഞ്ഞാറ് അറബിക്കടലിന്റെ തുറുമുഖങ്ങൾ വഴി പ്രാചീനകാലം മുതൽതന്നെ വിദേശരാജ്യങ്ങളുമായി വ്യാപാര സാംസ്കാരിക ബന്ധ ങ്ങളുണ്ടായിരുന്നെങ്കിലും കിഴക്കുള്ള പർവതനിരകൾ ഇന്ത്യയുടെ മറ്റു ഭാഗങ്ങളിൽ നിന്ന് രാഷ്ട്രീയമായും സാംസ്കാരികമായും കേരളത്തെ വേർതിരിച്ചിരുന്നു. വാസ്കോഡഗാമ കാപ്പാടു കടൽപ്പുറത്താണ് കാലു കുത്തിയതെങ്കിലും തുടർന്നുള്ള കാലങ്ങളിൽ ഇന്ത്യയുടെ മറ്റു ഭാഗങ്ങൾ രാഷ്ട്രീയമായി കലങ്ങി മറിഞ്ഞപ്പോഴും ഇവിടെ വ്യത്യസ്ത അന്തരീ ക്ഷമായിരുന്നു. അതിനാൽ തന്നെ ഇന്ത്യയിൽ ഗണിതശാസ്ത്ര ഗവേഷ ണത്തിന്റെ തിരി കെടാതെ സൂക്ഷിക്കാൻ കേരളത്തിനു കഴിഞ്ഞു. മാത്ര മല്ല പതിനാലാം നൂറ്റാണ്ടുമുതൽ പതിനെട്ടാം നൂറ്റാണ്ടുവരെ ഗണിതശാ സ്ത്രത്തിലും ജ്യോതിശാസ്ത്രത്തിലും വമ്പിച്ച കുതിച്ചുചാട്ടം തന്നെ ഇവിടെ ഉണ്ടായിട്ടുണ്ട്. കേരളത്തിലെ ഗവേഷകരുടെ സംഭാവനകളിൽ ത്രികോണമിതിയിലെ ഏകദങ്ങൾക്കും π ക്കും ഉള്ള അനന്തശ്രേണികളും ഉൾപ്പെടുന്നു. ഇവയാകട്ടെ ഇന്ന് ന്യൂട്ടൻ, ലീബ്നിസ്, ഗ്രിഗറി, ടേയ്ലർ തുടങ്ങി പാശ്ചാത്യരുടെ പേരുകളിലാണ് അറിയപ്പെടുന്നത്!

എന്നാൽ കേരളീയ ഗണിത ശാസ്ത്രജ്ഞരിൽ ഏറ്റവും പ്രഗത്ഭൻ സംഗമഗ്രാമ മാധവനായിരുന്നു (1340–1425). ജ്യോതിശാസ്ത്രത്തിൽ അദ്ദേ ഹത്തിന്റെ വ്യുൽപ്പത്തിയുടെ അംഗീകാരമായി 'ഗോളവിദ്വാൻ' എന്നും പിൽക്കാലത്ത് അദ്ദേഹം അറിയപ്പെട്ടുപോന്നു. അദ്ദേഹത്തിന്റേതായി നമുക്കു ലഭിച്ചിട്ടുള്ള ഗ്രന്ഥങ്ങളെല്ലാം ജ്യോതിശാസ്ത്രത്തെ സംബ ന്ധിച്ചു തന്നെയാണ്. ഗണിതശാസ്ത്ര സംബന്ധമായവ സമകാലീനരിൽ നിന്നും ലഭിച്ചിട്ടുള്ള വിവരങ്ങളാണ്. π, സൈൻ, കോസൈൻ എന്നിവ യുടെ അദ്ദേഹം വികസിപ്പിച്ചെടുത്ത ശ്രേണികൾ ഇവർ ആദരവോടെ യാണ് നോക്കികണ്ടിരുന്നത്. സ്കോട്ടിഷ് ഗണിതശാസ്ത്രജ്ഞനായിരുന്ന ജെയിംസ് ഗ്രിഗറിയുടെ പേരിൽ ഇന്ന് അറിയപ്പെടുന്ന ശ്രേണി (ഗ്രിഗറി സീരീസ് – 1667) രണ്ടു നൂറ്റാണ്ടുകൾക്കു മുമ്പ് മാധവൻ കണ്ടെത്തിയി രുന്നു. *വേണ്വാരോഹം, ജീവേപരസ്പരന്യായം* തുടങ്ങിയവയാണ് അദ്ദേ ഹത്തിന്റെ പ്രധാന കൃതികൾ. അപരിമിത ശ്രേണികളുടെ (ഇൻഫിനിറ്റ് സീരീസ്) അഭിസരണിയെ പഠിച്ച അദ്ദേഹത്തിന്റെ കൃതികളിലും കലന ത്തിന്റെ തത്വങ്ങൾ കാണാം. ഭാരതത്തിൽനിന്ന് പാതിരിമാർ വഴി കലന ത്തെക്കുറിച്ചുള്ള പാഠങ്ങൾ ന്യൂട്ടനും ലീബ്നിസിനും ലഭിക്കയാണുണ്ടാ യിട്ടുള്ളതെന്ന് ഒരു നൂതന വാദഗതിയും ഉയർന്നുവന്നിട്ടുണ്ട്.

ആര്യഭടൻ ഒരു കേരളീയനായിരുന്നെന്ന പ്രബലമായ ഒരു വാദഗ തിയുണ്ട്. ആര്യഭടൻ എന്നത് യഥാർഥ നാമമല്ലെന്നും, *ആര്യഭടീയ* കർത്താവിനു ലഭിച്ച ഒരു ബിരുദം മാത്രമാണെന്നുമാണ് ഇക്കൂട്ടർ വിശ്വ സിക്കുന്നത്. *ആര്യഭടീയ*ത്തിന്റെ വ്യാഖ്യാതാക്കളെല്ലാം കേരളീയരാണ് എന്നതും ഇതിന് ഉപോൽബലകമായി ചൂണ്ടിക്കാണിക്കപ്പെടുന്നു.

പറയിപെറ്റ പന്തിരുകുലത്തിന്റെ പിതാവായി ഗണിക്കപ്പെടുന്ന വരരുചിയും, പാഴൂർ പടിപ്പുരയുടെ ഐതിഹ്യത്തിൽ പറയുന്ന തലക്കുളത്തു ഭട്ടതിരിയും മുതൽ കേരളീയ ജ്യോതിശാസ്ത്ര – ഗണിതശാസ്ത്ര പണ്ഡിതരുടെ നിര ആരംഭിച്ചതായി പരിഗണിക്കപ്പെടുന്നു. ദൃഗ്ഗണിത കർത്താവായ പരമേശ്വരാചാര്യർ എന്ന പ്രസിദ്ധനായ വടശ്ശേരി പരമേശ്വര ഭട്ടതിരി ഭാസ്കരാചാര്യരുടെ *ലീലാവതിക്ക്* ഭാഷ്യമെഴുതിയിട്ടുണ്ട്. ഭാരതപ്പുഴയുടെ തീരത്ത് രാത്രികാലങ്ങളിൽ കിടന്ന് അമ്പത്തഞ്ചു വർഷത്തെ നക്ഷത്ര നിരീക്ഷണത്തിന്റെ ഫലമാണ് ദൃഗ്ഗണിതമെന്നാണ് (പതിനഞ്ചാം നൂറ്റാണ്ട്) പറയപ്പെടുന്നത്. കരണപദ്ധതിയുടെ പ്രണേതാവും ദൃഗ്ഗണിത കർത്താവുമായ പുതുമന ചോമാതിരി മാധവന്റെ സമകാലീനനായിരുന്നു.

ദൃഗ്ഗണിതത്തിന്റെ മൂലഗ്രന്ഥം ഇതുവരെ കണ്ടുകിട്ടിയിട്ടില്ല. എന്നാൽ അതിന്റെ പരിഷ്കരിച്ച പതിപ്പാണ് *തന്ത്രസംഗ്രഹം*. പുതുമന ചോമാതിരിയുടെ മകൻ ദാമോദരൻ നമ്പൂതിരിയുടെ ശിഷ്യനായിരുന്നു ഈ ഗ്രന്ഥത്തിന്റെ കർത്താവായ കേളല്ലൂർ നീലകണ്ഠ സോമയാജി.

ഗണിതയുക്തിഭാഷ

വിഷ് വെളിച്ചത്തു കൊണ്ടുവന്ന നാലു ഗ്രന്ഥങ്ങളിൽ *ഗണിതയുക്തിഭാഷ* മലയാളത്തിൽ രചിക്കപ്പെട്ട കൃതിയെന്ന നിലയിൽ പ്രത്യേക പരിഗണന അർഹിക്കുന്നു. അറുപതു വർഷങ്ങൾക്കു മുമ്പ് തൃശ്ശൂർ മംഗളോദയം പ്രസിദ്ധീകരണശാല ഇതിന്റെ ഒരു പതിപ്പ് ഇറക്കിയെങ്കിലും ഇന്ന് അത് ലഭ്യമല്ല.

വിഷ് ആണ് ഇത് പണ്ഡിതന്മാരുടെ ശ്രദ്ധയിൽ കൊണ്ടുവന്നതെങ്കിലും കേരളത്തിൽ ഈ ഗ്രന്ഥം പ്രചാരത്തിലുണ്ടായിരുന്നു. വിവിധ ഗൃഹങ്ങളിൽനിന്നു കണ്ടെടുത്ത താളിയോല ഗ്രന്ഥങ്ങളും പിന്നീട് ഇറങ്ങിയ സംസ്കൃത തർജമയും ഇതിനു തെളിവാണ്.

*തന്ത്രസംഗ്രഹ*ത്തിന്റെ കർത്താവായ നീലകണ്ഠ സോമയാജിയുടെ ശിഷ്യനായിരുന്ന ജ്യേഷ്ഠദേവനാണ് *യുക്തിഭാഷ*യുടെ കർത്താവായി കണക്കാക്കപ്പെടുന്നത്. *നാരായണീയ* കർത്താവായ മേൽപ്പത്തൂർ നാരായണ ഭട്ടതിരിയുടെ ഗുരുവായിരുന്ന തൃക്കണ്ടിയൂർ അച്ചുതപിഷാരടി ഇദ്ദേഹത്തിന്റെ ശിഷ്യനായിരുന്നു. നീലകണ്ഠ സോമയാജിയാകട്ടെ പരമേശ്വരാചാര്യന്റെ പുത്രൻ ദാമോദരന്റെ ശിഷ്യനുമായിരുന്നു. അച്യുതപിഷാരടിയുടെ *ഉപരാഗക്രിയാക്രമ*മെന്ന ഗ്രന്ഥത്തിൽ നിന്ന് ലഭിക്കുന്ന സൂചനകൾ പ്രകാരം ജ്യേഷ്ഠദേവന്റേതായി *ദൃക്കാരണ* എന്ന ഒരു കൃതികൂടി ഉള്ളതായും അദ്ദേഹം നൂറ്റിപത്ത് (1500–1616) വയസുവരെ ജീവിച്ചിരുന്നതായും കണക്കാക്കാം. ഈ ജ്യേഷ്ഠദേവൻ ആലത്തൂർ ഗ്രാമത്തിൽ പെട്ട 'പറങ്ങോട്' എന്ന ഇല്ലത്തെ അംഗമായിരുന്നെന്നും അദ്ദേഹത്തിന്റെ യഥാർഥനാമം ബ്രഹ്മദത്തൻ എന്നായിരുന്നെന്നും അന്നാട്ടുകാർ പരമ്പരയായി വിശ്വസിച്ചുവരുന്നു.

*യുക്തിഭാഷ*ക്കു രണ്ടു ഭാഗങ്ങളുണ്ട്. ഒന്നാം ഭാഗത്തിൽ ഗണിതശാസ്ത്രവും രണ്ടാമത്തേതിൽ ജ്യോതിശാസ്ത്രവും പ്രതിപാദിച്ചിരിക്കുന്നു. ആദ്യഭാഗത്ത് പരികർമ്മം (ലോജിസ്റ്റിക്), ദശപ്രശ്നം (ലോജിസ്റ്റിക്കിനെ അടിസ്ഥാനമാക്കിയുള്ള പത്തു പ്രശ്നങ്ങൾ), കുട്ടകാരം (ബീജഗണിതത്തിന്റെ കേരളീയരൂപം), പരിധിവ്യാസം (ജ്യാമിതീയ രൂപങ്ങളുടെ പരിധിയും വ്യാസവും തമ്മിലുള്ള ബന്ധം) ജ്യാനയനം (ത്രികോണമിതിയിലെ വിവിധ ഏകദങ്ങൾ തമ്മിലുള്ള ബന്ധം) എന്നിവ ഉൾക്കൊള്ളുന്നു.

യുക്തിഭാഷ എന്ന പേരിൽ സംസ്കൃതത്തിലും ഒരു ഗ്രന്ഥമുണ്ട്. മലയാളത്തിലെ *യുക്തിഭാഷ* ഇതിന്റെ തർജമയാണെന്ന ഒരു വാദഗതിയുമുണ്ട്. എന്നാൽ സംസ്കൃതകൃതിയുടെ കർത്താവിന് ആ ഭാഷയിൽപോലും വേണ്ടത്ര പരിജ്ഞാനമുള്ളതായി കാണുന്നില്ല എന്നതിൽ നിന്ന് ഏതാണ് മൂലം ഏതാണ് തർജമ എന്നു മനസിലാക്കാൻ വിഷമമില്ല.

*യുക്തിഭാഷ*യുടെ ഇംഗ്ലീഷ് ഭാഷയിലുള്ള വ്യാഖ്യാനം ഈയിടെ പ്രസിദ്ധീകൃതമായിട്ടുണ്ട്. പഞ്ചാബ് സർവകലാശാലയിലെ പ്രൊഫസറായിരുന്ന ഡോ. കെ വി ശർമ്മയാണ് രണ്ടു ഭാഗങ്ങളിലുമുള്ള ഈ ഗ്രന്ഥത്തിന്റെ കർത്താവ്. കെ രാമസുബ്രഹ്മണ്യൻ (ഇന്ത്യൻ ഇൻസ്റ്റിറ്റ്യൂട്ട് ഓഫ് ടെക്നോളജി, മുംബൈ), എം ഡി ശ്രീനിവാസ് (സെന്റർ ഫോർ പോളിസി സ്റ്റഡീസ്, ചെന്നൈ), എം എസ് ശ്രീറാം (മദ്രാസ് സർവകലാശാല) എന്നിവർ ഇതിന്റെ രചനയിൽ അദ്ദേഹത്തെ സഹായിച്ചിട്ടുണ്ട്. മംഗളോദയം പ്രസിദ്ധീകരിച്ച മലയാളകൃതിയാണ് ഈ പഠനത്തിന് മൂലഗ്രന്ഥമായെടുത്തിട്ടുള്ളത്.

ഭാരതീയ ഗണിതശാസ്ത്രം പാശ്ചാത്യശാസ്ത്രംപോലെ യുക്ത്യാധിഷ്ഠിതമല്ലെന്ന് ഒരു വാദഗതിയുണ്ട്. ഗണിതശാസ്ത്ര ചരിത്രഗ്രന്ഥങ്ങളുടെ കർത്താവായ ഇ ടി ബെൽ ലഗ്രാംഷെയോട് താരതമ്യപ്പെടുത്തി ഭാസ്കരാചാര്യർ ഗണിതശാസ്ത്രജ്ഞനായിരുന്നില്ലെന്നും, അനുഭവവൈകജ്ഞാനി (എംപിരിസിസ്റ്റ്) മാത്രമായിരുന്നെന്നും പറഞ്ഞിട്ടുണ്ട്. ശ്രീ. ശർമ്മ ഇതിനെ ഖണ്ഡിക്കുന്നു. ഭാരതത്തിൽ നിലനിന്നിരുന്ന അധ്യാപനരീതിയാണ് ഈ തെറ്റിദ്ധാരണക്ക് പ്രധാന കാരണമെന്നാണ് അദ്ദേഹത്തിന്റെ അഭിപ്രായം. ഗണിതശാസ്ത്രസത്യങ്ങൾ സ്ഥാപിക്കാൻ എത്രകണ്ടു വ്യക്തമായ യുക്ത്യാധിഷ്ഠിത രീതികൾ ഇവിടെയും ഉപയോഗിച്ചിരുന്നു എന്നതിന് ഏറ്റവും നല്ല ദൃഷ്ടാന്തമാണ് *യുക്തിഭാഷ.*

ഗണിതശാസ്ത്രത്തിന്റെ വിവിധ ശാഖകളിൽ ഗവേഷണങ്ങളുടെ പ്രോത്സാഹനാർഥം കോഴിക്കോടിനടുത്ത് കുന്ദമംഗലത്ത് ഒരു സ്ഥാപനം കഴിഞ്ഞ വർഷം (2008) ആരംഭിച്ചിട്ടുണ്ട്. 'കേരള സ്കൂൾ ഓഫ് മാത്തമാറ്റിക്സ്' എന്ന ഈ സ്ഥാപനം കേന്ദ്ര ഗവൺമെന്റിന്റെ അണുശക്തി വിഭാഗത്തിന്റെയും കേരള ഗവൺമെന്റിന്റെ ശാസ്ത്രസാങ്കേതികപരിസ്ഥിതി കൗൺസിലിന്റെയും സംയുക്ത സംരംഭമാണ്.

5

ഗണിതശാസ്ത്രവും തർക്കശാസ്ത്രവും

അരിസ്റ്റോട്ടിലും ത്രിപാദ സിദ്ധാന്തവും

പാശ്ചാത്യ തർക്കശാസ്ത്രത്തിന്റെ (ലോജിക്) ഉപജ്ഞാതാവ് യവന ചിന്തകനായ അരിസ്റ്റോട്ടിലായിരുന്നു. അദ്ദേഹത്തിന്റെ തർക്കശാസ്ത്രം ത്രിപാദ സിദ്ധാന്തമെന്ന പേരിൽ അറിയപ്പെടുന്നു. ഇവയുടെ ആരംഭം സ്പഷ്ടമായ പ്രസ്താവനകളിൽ നിന്നാണ്. 'കാക്കയുടെ നിറം കറുപ്പാണ്' എന്നത് ഇത്തരം ഒരു പ്രസ്താവനയാണ്. പ്രസ്താവന ശരിയാവാം, തെറ്റാവാം. "കാക്കകൾ സസ്തനികളാണ്" എന്നതും ഒരു പ്രസ്താവനയാണ്. "നിങ്ങൾ എവിടെ പോകുന്നു?" അല്ലെങ്കിൽ "ആ പുസ്തകം എനിക്ക്തരൂ" തുടങ്ങിയവ ഇത്തരം പ്രസ്താവനകളല്ല. രണ്ടു ഗണങ്ങൾ തമ്മിലുള്ള ബന്ധത്തെക്കുറിക്കുന്നവയാണ് പ്രസ്താവനകൾ. ഉദാഹരണത്തിന് "കാക്കകൾ സസ്തനികളാണ്" എന്ന പ്രസ്താവന കാക്കകളുടെയും സസ്തനികളുടെയും ഗണങ്ങളെ ബന്ധപ്പെടുത്തുന്നു.

കൂടുതൽ അമൂർത്തമായി X, Y എന്നിങ്ങനെ രണ്ടു ഗണങ്ങളെ സങ്കൽപ്പിക്കുക. X-ൽ ഉള്ള അംഗങ്ങളെ x എന്നും Y യിലേതിന് y എന്നും കുറിക്കുന്നു എന്നിരിക്കട്ടെ. നമുക്ക് താഴെ കാണുന്ന നാലു പ്രസ്താവനകൾ ലഭിക്കുന്നു.

1. എല്ലാ x-ഉം y ആണ്
2. ചില x-കൾ y-കളുമാണ്
3. ഒരു xഉം y അല്ല
4. ചില xകൾ y അല്ല

മേൽക്കൊടുത്ത പ്രസ്താവനകളിൽനിന്ന് നമുക്ക് ത്രിപാദ സിദ്ധാന്തങ്ങളുണ്ടാക്കാം. ഇത്തരം ഒരു സിദ്ധാന്തത്തിൽ മൂന്നു പ്രസ്താവനകളുണ്ടായിരിക്കും. ഉദാഹരണമായി

എ. കാക്കകൾ പക്ഷികളാണ്.
ബി. പക്ഷികൾക്ക് ചിറകുകൾ ഉണ്ട്.
സി. കാക്കകൾക്ക് ചിറകുകൾ ഉണ്ട്.

ഇവയിൽ ആദ്യത്തെ രണ്ടെണ്ണങ്ങളും മുൻധാരണകൾ (പ്രെമിസസ്) ആണ്.

മൂന്നാമത്തേതാണ് നിഗമനം.

ഇവിടെ നാം ആദ്യത്തെ ഇനം പ്രസ്താവനയാണ് എല്ലാ x-ഉം y ആണ് എന്നതിൽ ഉപയോഗിച്ചിരിക്കുന്നത്. മറ്റു മൂന്നു പ്രസ്താവനകൾ ഉപയോഗിച്ചും നമുക്ക് ഇത്തരം ത്രിപാദ സിദ്ധാന്തങ്ങളുണ്ടാക്കാം. മൊത്തം 256 തരം സിദ്ധാന്തങ്ങളുണ്ടാക്കാമെങ്കിലും എല്ലാം യുക്തിപരമായി ശരിയായിക്കൊള്ളണമെന്നില്ല.

അരിസ്റ്റോട്ടിലിന്റെ സിദ്ധാന്തങ്ങൾ ഏകദേശം മുന്നൂറു വർഷങ്ങൾക്കുശേഷം അദ്ദേഹത്തിന്റെ പാഠശാലയുടെ അവസാനത്തെ മേലധികാരിയായിരുന്ന അൻഡ്രോണിക്കസ് ക്രോഡീകരിച്ചു. *ഓർഗാനൺ* എന്ന ഈ കൃതിയാണ് പാശ്ചാത്യ ദർശനത്തിന് അടിത്തറ പാകിയത്. നവോത്ഥാന കാലത്ത് ഇത് പാഠ്യപദ്ധതിയിലെ തന്നെ ഒരു ഭാഗമായി.

അരിസ്റ്റോട്ടിലിന്റെ *തർക്കശാസ്ത്ര*ത്തിന്റെ പരിമിതികൾ കാണാതെ പോകരുത്. ഭാഷയെന്നാൽ ഒരുകൂട്ടം പ്രസ്താവനകളോ ത്രിപാദ സിദ്ധാന്തങ്ങളോ അല്ലെന്നതുതന്നെ ഒരു കാരണം. ഭാഷയും യുക്തിചിന്തയും തമ്മിൽ അഭേദ്യമായ ബന്ധമുണ്ട്. നമ്മുടെ ആശയങ്ങളെ ഒന്നിലേറെ ഭാഷാരീതിയിൽ നമുക്ക് പ്രകാശിപ്പിക്കാൻ സാധിക്കും. ഇവയെ എല്ലാം ത്രിപാദ സിദ്ധാന്തങ്ങളായി രൂപപ്പെടുത്താൻ കഴിഞ്ഞെന്നു വരില്ല. ഇതു തന്നെ അരിസ്റ്റോട്ടിലിന്റെ ചിന്തകളുടെ പരിമിതിയും.

ലീബ്നിസ്

ജർമൻകാരനായ വില്യം ഗോട്ട്ഫ്രീഡ് ലീബ്നിസ് ദാർശനികനും ഗണിതശാസ്ത്രജ്ഞനും മാത്രമല്ല ഒരു നയതന്ത്രജ്ഞനുമായിരുന്നു. തനിക്കു വെച്ചുനീട്ടിയ പ്രൊഫസർ സ്ഥാനം നിരാകരിച്ചാണ് അദ്ദേഹം ഈ ഉദ്യോഗം തിരഞ്ഞെടുത്തത്.

അദ്ദേഹം ശാസ്ത്രത്തിന്റെ വിവിധ ശാഖകളെയും ക്രിസ്തുമതത്തിന്റെ വിവിധ വിഭാഗങ്ങളേയും ഒന്നിപ്പിക്കാൻ ആഗ്രഹിച്ചു. ഇതാണ് ഗണിതശാസ്ത്രത്തിലും തർക്കശാസ്ത്രത്തിലും അദ്ദേഹത്തിന് ഒരു വ്യത്യസ്തസ്ഥാനം നേടിക്കൊടുത്തത്.

ലീബ്നിസിന്റെ അഭിപ്രായത്തിൽ അടിസ്ഥാനപരമായി ഭാഷാപരവും മറ്റുമായ വിഭാഗീയതകൾ ശാസ്ത്രപുരോഗതിയെ ബാധിക്കുന്നുണ്ട്. ഭാഷാപരമായ വേർതിരിവുകൾ ശാസ്ത്രത്തിന്റെ വ്യാപനത്തെ ഒരു പരിധി വരെ ബാധിക്കുന്നുണ്ടല്ലോ? അതുപോലെതന്നെ തെളിവുകളെക്കുറിച്ചുള്ള അഭിപ്രായവ്യത്യാസങ്ങൾ പലപ്പോഴും ശാസ്ത്രീയ നിഗമനങ്ങളെക്കുറിച്ചുള്ള അഭിപ്രായവ്യത്യാസങ്ങളിലേക്കും നയിക്കുന്നുണ്ട്. ഇതിന് അദ്ദേഹം

കണ്ട പ്രതിവിധിയാണ് ശാസ്ത്രത്തിനു മാത്രമായുള്ള ഒരു ഭാഷ. രണ്ടു കാര്യങ്ങളാണ് ഇതിലേക്കായി അദ്ദേഹം നിർദേശിച്ചത്. ഒന്നാമതായി പരക്കെ അംഗീകരിക്കപ്പെട്ട ചിഹ്നങ്ങൾ. ഇവയാണ് ഈ ഭാഷയുടെ വാക്കുകൾ. രണ്ടാമതായി ഈ ചിഹ്നങ്ങൾ ഉപയോഗിച്ച് വാക്യങ്ങളുണ്ടാക്കാനുള്ള വാക്യരചനാ ശാസ്ത്രം (സിന്റാക്സ്). വെറും ഒരു പുതിയ ഭാഷക്കു വേണ്ടിയുള്ള എന്ന ശ്രമത്തിനുപരി ഇതിനുപിന്നിൽ അർഥശാസ്ത്ര (തിയറി ഓഫ് നോളജ്) സംബന്ധമായ ഗൗരവമായ ഒരു ദർശനവുമുണ്ടായിരുന്നു. കാരണം അദ്ദേഹത്തിന്റെ അഭിപ്രായത്തിൽ അറിവുകൾ ചില അടിസ്ഥാന ആശയങ്ങൾ കൊണ്ടാണ് കെട്ടിപ്പൊക്കുന്നത്. ഈ ആശയങ്ങൾ ആണ് അദ്ദേഹത്തിന് ഭാഷ കെട്ടിപ്പടുക്കാനുള്ള ഇഷ്ടികകൾ. ഇതിന്റെ അടിസ്ഥാനത്തിൽ ചിന്തയുടെ ഒരു കലനവും അദ്ദേഹത്തിന്റെ പദ്ധതിയിൽ ഉൾപ്പെട്ടിരുന്നു.

എന്നാൽ ഈ പദ്ധതിക്ക് അതിന്റേതായ ന്യൂനതയുണ്ട്. കാരണം അദ്ദേഹത്തിന്റെ ദർശനത്തിന്റെ അടിസ്ഥാനം ഗണിതശാസ്ത്രമായിരുന്നു. ഇവയാകട്ടെ സാധാരണയായി അംഗീകൃത സിദ്ധാന്തങ്ങളുടെ അടിസ്ഥാനത്തിലുള്ള നിഗമന രീതിയാണല്ലോ. വിജ്ഞാനത്തിന്റെ വിവിധ ശാഖകളിൽ ഗണിതശാസ്ത്രം മാത്രമാണ് ഈ രീതി ശക്തമായി അവലംബിക്കുന്നത്. മറ്റു അനേക ശാസ്ത്രശാഖകൾ, പരീക്ഷണ നിരീക്ഷണങ്ങളുടെ അടിസ്ഥാനത്തിലുള്ള ആഗമനരീതിയാണ് അവലംബിക്കുന്നത്.

ലീബ്നിസിന്റെ പദ്ധതി വിജയിച്ചില്ലെങ്കിലും അത് പല മേഖലകളിലായി സ്വാധീനം ചെലുത്തിയിട്ടുണ്ട്. ആധുനികയുഗത്തിലെ സമാകലിത പരിപഥങ്ങളുടെ (ഇന്റഗ്രേറ്റഡ് സർക്യൂട്ട്) രൂപകൽപ്പനകളിൽ വരെ ഇത് നമുക്കു ദർശിക്കാനാവും.

ജോർജ് ബൂൾ

വിശ്വവിഖ്യാതനായ ചിന്തകനും ഗണിതശാസ്ത്രജ്ഞനുമായിരുന്ന ബർട്രാൻഡ് റസ്സലിന്റെ അഭിപ്രായത്തിൽ ആധുനിക ഗണിതശാസ്ത്രത്തിലെ ആദ്യത്തെ 'ശുദ്ധഗണിത ശാസ്ത്രജ്ഞൻ' ജോർജ് ബൂൾ ആണ്. (ഇതിനോട് ഒരുപക്ഷെ റസ്സൽ തന്നെ തന്റെ അവസാനകാലത്ത് യോജിച്ചിരിക്കാൻ വഴിയില്ല). നാം മനസിലാക്കേണ്ട ഒരു കാര്യമേയുള്ളു – തന്റെ ഗണിതശാസ്ത്രത്തിന് ആധുനികയുഗത്തിൽ ഇത്രത്തോളം പ്രായോഗികതയുണ്ടെന്ന് ബൂളും കരുതിയിരിക്കയില്ല.

ജോർജ് ബൂൾ

ജോർജ് ബൂൾ ഒരു ചെരുപ്പുകുത്തിയുടെ മകനായിരുന്നു. എന്നാൽ പിതാവ് ശാസ്ത്രം, ഗണിതശാസ്ത്രം, ഭാഷകളുടെ പഠനം എന്നിവയിൽ താൽപ്പര്യമുള്ള ആളുമായിരുന്നു. പ്രാകാശിക(ഒപ്റ്റിക്സ്)ത്തിൽ പ്രത്യേക താൽപ്പര്യമുണ്ടായിരുന്ന അദ്ദേഹം തന്റെ ചെറിയ വർക്ക്ഷോപ്പിൽ ടെലസ്കോപ്പ്, മൈക്രോസ്കോപ്പ് തുടങ്ങിയ ഉപകരണങ്ങളെല്ലാം രൂപകൽപ്പന ചെയ്ത് ഉണ്ടാക്കിയിരുന്നു. മകനാകട്ടെ ഈ പ്രവൃത്തികളിൽ അദ്ദേഹത്തെ സഹായിച്ചുമിരുന്നു. തന്റെ കഴിവിനൊത്ത് വിദ്യാഭ്യാസം കൊടുക്കാനും അദ്ദേഹം ശ്രദ്ധിച്ചു. ജോർജ് പൈതൃകമായി ആർജിച്ചത് ഭാഷകളിലുള്ള അഭിരുചിയായിരുന്നു. ചെറുപ്പത്തിൽതന്നെ മാതൃഭാഷയായ ഇംഗ്ലീഷിനു പുറമെ ലാറ്റിൻ, ഗ്രീക്ക്, ഫ്രഞ്ച്, ഇറ്റാലിയൻ, ജർമൻ എന്നീ ഭാഷകളും പഠിച്ചു എന്നു മാത്രമല്ല പതിനാലാം വയസിൽ ലാറ്റിനിൽനിന്ന് ഇംഗ്ലീഷിലേക്ക് തർജമ ചെയ്ത ഒരു കവിത ഒരു പ്രാദേശിക പത്രത്തിൽ പ്രസിദ്ധീകരിക്കയും ചെയ്തു. എന്നാൽ പതിനാറാമത്തെ വയസിൽ അദ്ദേഹത്തിന് തന്റെ പഠനം നിർത്തേണ്ടിവന്നു. കാരണം അദ്ദേഹത്തിന്റെ പിതാവിന്റെ ചെറിയ വ്യാപാരം പൊളിയുകയും പാപ്പരായി പ്രഖ്യാപിക്കപ്പെടുകയും ചെയ്തു. ബാലനായ ബൂളിന് അങ്ങനെ തന്റെ കുടുംബത്തിന്റെ ഭാരം ഏറ്റെടുക്കേണ്ടിവന്നു. ആദ്യം അധ്യാപകനായി ജോലി ആരംഭിച്ച അദ്ദേഹം ഇരുപതാം വയസിൽ സ്വന്തമായി ഒരു സ്കൂൾ തന്നെ ആരംഭിച്ചിരുന്നു. വായനാശീലമുണ്ടായിരുന്ന അദ്ദേഹം ഗണിതശാസ്ത്ര ഗ്രന്ഥങ്ങളാണ് വാങ്ങി വായിച്ചിരുന്നത്. കാരണമാണ് രസകരം. പുസ്തകം വാങ്ങാൻ പണം കുറവായിരുന്നതിനാലും ഇത്തരം പുസ്തകങ്ങൾ വായിക്കാൻ കൂടുതൽ സമയമെടുത്തിരുന്നതുകൊണ്ടും!

ബൂൾ ഒരിക്കലും കോളേജിൽ ചേർന്നു പഠിച്ചിട്ടില്ല. എന്നാൽ ഭാഷയിലുണ്ടായിരുന്ന വ്യുൽപ്പത്തിമൂലം ഗണിതശാസ്ത്രത്തിലെ മൂലഗ്രന്ഥങ്ങൾ തന്നെ പഠിക്കാനും മറ്റു പണ്ഡിതന്മാരുമായി ആശയവിനിമയം നടത്തുവാനും അദ്ദേഹത്തിനു സാധിച്ചിരുന്നു. (*കാട്ടുകടന്നൽ* എന്ന നോവലിന്റെ ഗ്രന്ഥകർത്രി എന്ന നിലയിൽ മലയാളികൾക്ക് സുപരിചിതയായ 'ഏഥ്ൻ ലിലിയൻ വോയ്നിച്ച്' ബൂളിന്റെ പുത്രിയാണ്).

അദ്ദേഹം തന്റെ പഠനശാഖയെ 'ചിന്തയുടെ നിയമങ്ങൾ' (ലോസ് ഓഫ് തോട്ട്) എന്നാണ് വിളിച്ചിരുന്നത്. ഇതിനെ പ്രതീകാത്മക തർക്കശാസ്ത്രം (സിമ്പോളിക് ലോജിക്) എന്നും ലോജിക്കെന്നും ലോജിസ്റ്റിക് എന്നും പറയാറുണ്ട്. അരിസ്റ്റോട്ടിലിന്റെ ത്രിപാദ സിദ്ധാന്തവും ഇതിന്റെ ഒരു ശാഖയായി വരുന്നു.

അരിസ്റ്റോട്ടിലിന്റെ പ്രസ്താവനകൾ ഒന്നിലേറെ ഗണങ്ങളെ ബന്ധപ്പെടുത്തുന്ന ഒരു രീതിയാണല്ലോ. ഇത്തരം ബന്ധങ്ങളെ അടിസ്ഥാനപ്പെടുത്തി ബൂൾ ക്രിയകൾ (ലോജിക്കൽ ഓപ്പറേറ്റേഴ്സ്) നിർവചിച്ചു. ഇവയെ ആന്റ് (AND), ഓർ (OR), നോർ (NOR) എന്നാണ് എഴുതാറ്.

എ. ആന്റ് (AND)

x, y എന്നീ രണ്ടു ഗണങ്ങൾ തന്നിട്ടുണ്ടെന്നിരിക്കട്ടെ. x AND y എന്നാൽ xനും yക്കും പൊതുവായ എല്ലാ അംഗങ്ങളേയും കുറിക്കുന്നു. ഉദാഹരണമായി x എന്നാൽ കാറുകളെയും y എന്നാൽ ചുകപ്പു നിറമുള്ള വസ്തുക്കളേയും കുറിക്കുന്നെങ്കിൽ x AND y എന്നാൽ ചുകന്ന കാറുകളുടെ സങ്കരത്തെ കുറിക്കുന്നു. ബൂൾ ഇതിനെ ഗുണനം (ലോജിക്കൽ) എന്നുവിളിച്ചു.

ഇതുപ്രകാരം x AND x = x അഥവാ $x \times x = xx = x$. ഇതിനെ $x^2=x$ എന്നും എഴുതാമല്ലോ?

ഇത് ആവർത്തിച്ച് n ഏതൊരു എണ്ണൽസംഖ്യയാണെങ്കിലും $x^n = x$.

ഇതുപ്രകാരം $xy = yx$ എന്നു വ്യക്തമാണല്ലോ?

ബി. ഓർ (OR)

ബൂൾ നിർവചിച്ച ഓർ എന്ന ക്രിയക്ക് ചില പൊരുത്തക്കേടുകൾ ഉണ്ടായിരുന്നു. അവയെ വില്യം സ്റ്റാൻലി ജെവോൺസ് പരിഷ്കരിച്ചു. ഈ പുതിയ രൂപം നമുക്കു പരിഗണിക്കാം.

x, y എന്ന രണ്ടു ഗണങ്ങൾ തന്നിട്ടുണ്ടെങ്കിൽ ഏതെങ്കിലും ഒന്നിലുള്ള വസ്തുക്കളുടെ സങ്കരത്തെ നാം x OR y എന്നുവിളിക്കുന്നു. ഉദാഹരണത്തിന് x കാറുകളുടെ ഗണവും y ചുകന്ന വസ്തുക്കളുടെ ഗണവുമാണെങ്കിൽ x OR y എല്ലാ നിറത്തിലുള്ള കാറുകളുടേയും ചുകന്ന വസ്തുക്കളുടേയും ഗണമായിരിക്കും. ബൂൾ ഉപയോഗിച്ച ചിഹ്നം $x + y$ ആയിരുന്നു. ഇതുപ്രകാരം നമുക്ക്

$x + x = x$ എന്നുലഭിക്കുന്നു.

നേരത്തെ AND ഉപയോഗിച്ച് $x^n = x$ എന്നു ലഭിച്ചപോലെ ഇവിടെ $nx = x$ എന്നുലഭിക്കുന്നു.

കൂടാതെ +, x എന്നീ ചിഹ്നങ്ങൾക്കും ബീജഗണിതത്തിൽ വ്യത്യസ്ത അർഥങ്ങൾ നൽകാൻ സാധിക്കുമെന്നു നാം കാണുന്നു.

ഈ രണ്ടു ക്രിയകളും ഉപയോഗിച്ച് നമുക്ക് താഴെ കാണുന്ന സമവാക്യങ്ങൾ ലഭിക്കുന്നു.

1. $x + y = y + x$, $xy = yx$.
2. $x (y+z) = xy + xz$.
3. $nx = x$, $x^n = x$.

മുകളിൽ കണ്ട AND, OR എന്നിവ നമുക്ക് പ്രസ്താവനകളുടെ യുക്തിയിലേക്ക് പ്രയോഗിക്കാൻ സാധിക്കും. X, Y എന്നിവ രണ്ടു പ്രസ്താവനകളാണെന്നിരിക്കട്ടെ. x എന്നാൽ X ശരിയായിരിക്കുന്ന അവസ്ഥയേയും y എന്നത് Y ശരിയായിരിക്കുന്ന അവസ്ഥയെയും കുറിക്കുന്നതായി കരുതുക.

ഉദാഹരണം : x എന്നത് “മഴ പെയ്യുന്നുണ്ട്” എന്ന പ്രസ്താവനയേയും y എന്നത് “കാറ്റ് വീഴുന്നുണ്ട്” എന്ന പ്രസ്താവനയെയും പ്രതിനിധീകരിക്കുന്നു എന്നിരിക്കട്ടെ.

എങ്കിൽ xy എന്നത് "മഴ പെയ്യുന്നുണ്ട്, കാറ്റ് വീശുന്നുമുണ്ട്" എന്ന പ്രസ്താവനയെ കുറിക്കുന്നു.

നമുക്ക് ഈ പ്രസ്താവനകൾ സത്യമാണോ അല്ലയോ എന്നതിനെ സംഖ്യകൾ കൊണ്ടു പ്രതിനിധാനം ചെയ്യാം. പ്രസ്താവന ശരിയാണെങ്കിൽ അതിന്റെ വില 1 എന്നും തെറ്റാണെങ്കിൽ 0 എന്നും കരുതുക.

ഇപ്പോൾ നമുക്ക് xy എന്നതിന് താഴെ കാണുന്ന നാലു ഗുണന ഫലങ്ങൾ ലഭിക്കുന്നു:

$1 \times 1 = 1, \quad 1 \times 0 = 0, \quad 0 \times 1 = 0, \quad 0 \times 0 = 0.$

അതായത് x എന്ന പ്രസ്താവനയും y എന്ന പ്രസ്താവനയും ശരിയാണെങ്കിൽ അവ രണ്ടും ചേർന്ന പ്രസ്താവനയും ശരിയാണ്, ഏതെങ്കിലും ഒന്നോ അതല്ലെങ്കിൽ രണ്ടുമോ തെറ്റാണെങ്കിൽ ഒന്നിച്ചു ചേർന്ന പ്രസ്താവനയും തെറ്റ് എന്നിങ്ങനെ. ഇതിനെ നമുക്ക് AND ന്റെ ഒരു പട്ടികയായി എഴുതാം. ഈ പട്ടികയെ 'സത്യപട്ടിക' (ട്രൂത്ത് ടേബിൾ) എന്നു വിളിക്കുന്നു. പട്ടികയിൽ T എന്നത് ശരി (ട്രൂ) എന്നതിനും F എന്നത് തെറ്റ് (ഫാൾസ്) എന്നതിനും നിലകൊള്ളുന്നു.

ഇതേപോലെ നമുക്ക് OR എന്ന ക്രിയക്കും ഒരു പട്ടിക തയ്യാറാക്കാൻ സാധിക്കും.

പത്തൊമ്പതാം നൂറ്റാണ്ടിന്റെ രണ്ടാം പകുതിയിൽ ബൂളിന്റെ ബീജഗണിതത്തെ അടിസ്ഥാനമാക്കി ധാരാളം ഗവേഷണം നടന്നിട്ടുണ്ട്. ഇവയിൽ ഏറ്റവും പ്രധാനപ്പെട്ടതാണ് ജർമൻ ഗണിതശാസ്ത്രജ്ഞനായിരുന്ന ഏണസ്റ്റ് ഷ്രോഡിംഗറുടേത്. അദ്ദേഹം ഈ ബീജഗണിതത്തിന് അനുയോജ്യമായ പ്രമാണങ്ങൾ രൂപവൽക്കരിക്കുന്നതിൽ വിജയിച്ചു.

AND	T	F
T	T	F
F	F	F

OR	T	F
T	T	T
F	T	F

ബൂളിയൻ ബീജഗണിതവും കമ്പ്യൂട്ടറുകളും

ബൂളിന്റെ ബീജഗണിതം ദ്വയാങ്ക വ്യവസ്ഥയാണ് ഉപയോഗിക്കുന്നത് എന്നതു തന്നെ അത് കമ്പ്യൂട്ടറുകളുടെ രൂപകൽപ്പനക്ക് ഏറ്റവും അനുയോജ്യമായിത്തീർന്നു. കാരണം കമ്പ്യൂട്ടറിൽ വിവരങ്ങൾ ശേഖരിച്ചു വയ്ക്കുന്നത് ദ്വയാംഗ കോഡ് (ബൈനറി കോഡ്) ഉപയോഗിച്ചാണ്. ഇവിടെയും 0, 1 എന്നീ ചിഹ്നങ്ങൾ ഉപയോഗിക്കാൻ സാധിക്കുന്നു.

ഇതു മനസിലാക്കുന്നതിന് നമുക്ക് ഒരു കമ്പ്യൂട്ടറിന്റെ പ്രവർത്തനം സങ്കൽപ്പിക്കാം. ഇതിനു പ്രധാനമായും മൂന്നു ഘടകങ്ങളാണുള്ളത്. ഒരു ടെർമിനൽ വഴി കമ്പ്യൂട്ടറിലേക്ക് ദത്തകൾ (ഡാറ്റ) നാം നൽകുന്നു. മുൻകൂട്ടി നൽകിയ നിർദേശങ്ങൾ (പ്രോഗ്രാം) അനുസരിച്ച് ഈ വിവരങ്ങളെ ഉപയോഗിച്ച് നാം ആഗ്രഹിക്കുന്ന ഫലങ്ങളിലേക്കെത്തിച്ചേരുന്നു. മൂന്നാമത്തെ ഘട്ടത്തിൽ ഈ വിവരങ്ങളെ അച്ചടിച്ചോ മറ്റു തരത്തിലോ നമുക്കു ലഭ്യമാക്കുന്നു.

ഇതിൽ രണ്ടാംഘട്ടമാണ് നമുക്ക് പരിശോധിക്കേണ്ടത്. ഇതു നടക്കുന്നത് ഒരുകൂട്ടം ഇളക്ട്രോണിക്സ് പരിപഥങ്ങൾ (സർക്യൂട്ടുകൾ) വഴിയാണ്. അതായത് വൈദ്യുതിക്ക് പ്രവഹിക്കാനാവുന്ന ഒരു സങ്കേതം. ഇവ പലവിധത്തിലും പല പദാർഥങ്ങൾകൊണ്ടും നിർമിക്കപ്പെടുന്നവയാണ്. ഇവയുടെ പ്രവർത്തനത്തെ നിയന്ത്രിക്കുന്ന സങ്കേതങ്ങൾക്ക് പടിവാതിലുകൾ (ഗേറ്റുകൾ) എന്നു പറയുന്നു. ഇവയെ ബൂളിന്റെ AND, OR തുടങ്ങിയ ക്രിയകളുടെ അടിസ്ഥാനത്തിൽ വിശദീകരിക്കാനാവും. ഇവ കൂടാതെ NOT എന്ന ക്രിയയും ഈ മൂന്നു ക്രിയകളെ അടിസ്ഥാനപ്പെടുത്തി NAND, NOR തുടങ്ങിയ ക്രിയകളും അവയ്ക്കനുസരിച്ച ഗേറ്റുകളുമുണ്ട്.

പ്രവർത്തനത്തിന്റെ അടിസ്ഥാനം നമുക്ക് പരിശോധിക്കാം. സാധാരണ സ്ഥിതിയിൽ ഈ സർക്യൂട്ടുകൾ വഴി ഒരു ചെറിയ അളവിൽ വൈദ്യുതി പ്രവഹിച്ചുകൊണ്ടിരിക്കും. ഗേറ്റുകൾ അടഞ്ഞിരിക്കുന്നോ തുറന്നിരിക്കുന്നോ എന്നത് ഇവിടെ പ്രശ്നമല്ല. ഗേറ്റ് പ്രവർത്തനക്ഷമമാവാൻ ആവശ്യം വേണ്ട വോൾട്ടതക്ക് പടിവോൾട്ടത (ത്രെഷോഡ് വോൾട്ടേജ്) എന്നു പറയുന്നു. സർക്യൂട്ടിലെ വോൾട്ടത ഇതിനു മുകളിലാകുമ്പോൾ ഗേറ്റുകൾ പ്രവർത്തിച്ചു തുടങ്ങുകയും, കുറയുമ്പോൾ ഗേറ്റുകളുടെ പ്രവർത്തനം നിലയ്ക്കുകയും ചെയ്യുന്നു.

ഉദാഹരണമായി നമുക്ക് AND ഗേറ്റ് പരിഗണിക്കാം. AND എന്നത് ഒരു ദ്വിചരക്രിയ (ബൈനറി ഓപറേറ്റർ. രണ്ടു സംഖ്യകൾ അഥവാ രാശികൾ വേണം ഈ ക്രിയ ചെയ്യുവാൻ, 1+2 എന്നപോലെ) ആയതിനാൽ ഇതിന് രണ്ടു നിവേശങ്ങൾ (ഇൻപുട്ട്) ആവശ്യമുണ്ട്. ഇവ x, y എന്നീ വോൾട്ടതകളാണെന്നു സങ്കൽപ്പിക്കുക. ഇവ രണ്ടും ഒരേസമയം ത്രെഷോൾഡ് കവിയുമ്പോൾ AND ഗേറ്റ് തുറന്ന് വൈദ്യുതി പ്രവാഹത്തിന് സൗകര്യമുണ്ടാക്കിക്കൊടുക്കുന്നു. ഇവയിൽ ഏതെങ്കിലുമൊന്നോ രണ്ടുമോ ത്രെഷോൾഡിനേക്കാൾ താഴെ പോകുമ്പോൾ ഗേറ്റ് അടയുന്നു. OR ഗേറ്റിന്റെ കാര്യത്തിലാണെങ്കിൽ x, y എന്നിവയിൽ ഏതെങ്കിലും ഒന്ന് ത്രെഷോൾഡ് കവിയുകയാണെങ്കിൽ ഗേറ്റ് തുറക്കപ്പെടുന്നു. പ്രോഗ്രാമിൽ നിർദേശിക്കുന്ന ക്രിയകൾക്ക് അനുസരിച്ച് AND, OR, NOT, NOR, NAND എന്നീ ഗേറ്റുകൾ വിന്യസിപ്പിച്ച് സങ്കീർണങ്ങളായ സങ്കേതങ്ങൾക്ക് രൂപംകൊടുക്കുന്നു. ഈ സർക്യൂട്ടുകൾ തരുന്ന നിർഗമ

(ഔട്ട്പുട്ട്) വൈദ്യുതി പ്രോഗ്രാമിന്റെ ഫലം തരുന്നു. ഇവയെ വ്യാഖ്യാനിച്ച് പ്രോഗ്രാമിന്റെ ഔട്ട്പുട്ട് ലഭിക്കുന്നു. ബൂലിയൻ ബീജഗണിതത്തിന്റെ ഏറ്റവും നല്ല ഭൗതിക പ്രതിനിധാനം നമുക്ക് കമ്പ്യൂട്ടറുകളുടെ ലോജിക്കൽ സർക്യൂട്ടുകളിൽ കാണാം.

കമ്പ്യൂട്ടറിന്റെ ശാസ്ത്രം സാങ്കേതികവിദ്യക്കുമുമ്പ് നിലവിൽ വന്നു. ഇത് സാധാരണ സാങ്കേതികവികസനത്തിനു വിപരീതദിശയിലുള്ള ഒരു പ്രതിഭാസമാണ്. ഈ ശാസ്ത്രത്തെക്കുറിച്ച് മറ്റൊരിടത്ത് പരാമർശിക്കുന്നുണ്ട്.

6

ഗണിതശാസ്ത്രത്തിന്റെ അടിത്തറ

വളരെ പഴയ തറവാട്. സഹസ്രാബ്ദങ്ങൾ പഴക്കമുണ്ട്. ആരംഭം മുതൽ അടിക്കടി അഭിവൃദ്ധി. അംഗങ്ങളാണെങ്കിൽ ഒന്നിനൊന്നു മിടുക്കന്മാർ, അത്യുത്സാഹികൾ.

ഇവരിൽ ചിലർക്ക് ഒരു ശങ്ക. തങ്ങളുടെ വീട് പണിതിട്ടു സഹസ്രാബ്ദങ്ങളായല്ലോ? അതിനാൽത്തന്നെ അടിത്തറ എത്ര ബലവത്തായിരിക്കണം? ഏതുതരം കല്ലും മണ്ണുമുപയോഗിച്ചാണ് ഇത് പണിതിരിക്കുക? അവർ ചില മൂലകളിൽ മണ്ണുമാറ്റി നോക്കി. കണ്ട കാഴ്ച അവരെ ഞെട്ടിച്ചു. അടിത്തറ അത്ര ശക്തമൊന്നുമല്ല; അവിടെയും ഇവിടെയും ചില പൊട്ടുകളും വിള്ളലുകളും കാണുന്നു. ഇപ്പോൾതന്നെ കേടു തീർത്തില്ലെങ്കിൽ നല്ലൊരു ഭൂകമ്പത്തിൽ എന്തും സംഭവിക്കാം.

ഇതാണ് പത്തൊമ്പതാം നൂറ്റാണ്ടിന്റെ അവസാനത്തോടെ ഗണിതശാസ്ത്രത്തിൽ സംഭവിച്ചത്. അതുകൊണ്ടുതന്നെ അതിന്റെ അടിത്തറയെക്കുറിച്ചുള്ള പഠനം ഇരുപതാംനൂറ്റാണ്ടിൽ ഏറ്റവും ശക്തമായി മുന്നോട്ടുപോയി.

ആയിരത്തി എണ്ണൂറ്റി എൺപതുകളിൽ തന്നെ അങ്കഗണിതത്തിന്റെയും യൂക്ലിഡിയൻ ജ്യാമിതിയുടെയും സാധുതയെക്കുറിച്ചുള്ള ശങ്കകൾ ഉയർന്നുവന്നിരുന്നു. പിയാനോയും അദ്ദേഹത്തിന്റെ സഹപ്രവർത്തകരും അങ്കഗണിതത്തിന്റെ പ്രമാണങ്ങൾക്ക് രൂപംനൽകാനുള്ള ശ്രമം തുടങ്ങി (1889). യൂക്ലിഡിയൻ ജ്യാമിതിയുടെ പ്രമാണവൽക്കരണത്തിൽ ഹിൽബർട്ടിന്റെ സംഭാവനകളെക്കുറിച്ച് നാം നേരത്തേ പ്രതിപാദിച്ചിട്ടുണ്ട്.

അനന്തം ഗണിതത്തിൽ

അനന്തമെന്ന ധാരണയിലേക്കു നയിക്കുന്ന ഒന്നും പ്രകൃതിയിൽ ഇല്ല എന്നുപറഞ്ഞാൽ ഒരുപക്ഷെ അത്ഭുതപ്പെട്ടേക്കാം. പ്രപഞ്ചം തന്നെ

ഏകദേശം രണ്ടായിരം കോടി വർഷങ്ങൾക്കുമുമ്പ് ഉണ്ടായെന്നും ഇതുപോലെതന്നെ വിദൂരമായ ഒരു ഭാവിയിൽ പ്രപഞ്ചം അപ്രത്യക്ഷമാകുമെന്നും പറയുന്നു. അപ്പോൾ അനന്തമെന്നാൽ ഈ വലിയ സംഖ്യകൾ ഒന്നുമല്ല.

അതുപോലെതന്നെ പ്രപഞ്ചത്തിന്റെ ഭാരമാണെങ്കിൽ എത്ര വലുതാണെങ്കിലും, ഇന്നത്തെ ശാസ്ത്രഭാഷയിൽ അതിനും ഒരു അളവുണ്ട്. അതിനാൽ അതും അനന്തത്തിന്റെ അടുത്തൊന്നുമെത്തുന്നില്ല.

ഇങ്ങനെ അനന്തമെന്ന സംഖ്യക്ക് അനുയോജ്യമായ ഒരു മൂർത്തവസ്തുവോ അളവോ ഭൗതിക പ്രതിഭാസം തന്നെയോ കണ്ടെത്താൻ കഴിയില്ലെങ്കിലും ഗണിതശാസ്ത്രജ്ഞന്മാർ തൃപ്തിപ്പെടാൻ തയ്യാറല്ല. അനന്തമില്ലാത്ത ഒരു ഗണിതശാസ്ത്രമില്ല. സംഖ്യകൾ അനന്തമായി എണ്ണിക്കൊണ്ടിരിക്കാം. ചിത്രത്തിൽ, കടലാസിൽ കൊള്ളാവുന്ന വലുപ്പത്തിലാണെങ്കിലും, യൂക്ലിഡിന്റെ നേർരേഖ ഭാവനയിൽ രണ്ടുവശത്തേക്കും കണ്ണെത്താദൂരം നീണ്ടുകിടക്കുന്നു. ഈ ആശയത്തെ ഒന്നു മെരുക്കിയെടുത്തേ ആധുനിക ഗണിതത്തിനു മുന്നോട്ടു നീങ്ങാനായുള്ളു. ഇതിനു പല കാരണങ്ങളുണ്ട്. അനന്തത്തോടടുക്കുമ്പോൾ ഗണിതശാസ്ത്ര നിയമങ്ങൾ തന്നെ മാറുന്നു. (ഉദാഹരണത്തിന് പൂജ്യം കൊണ്ടു ഗുണിച്ചാൽ പൂജ്യം കിട്ടുന്നില്ല!) അതിനാൽ അനന്തത്തെക്കുറിച്ചുള്ള എല്ലാ സംസാരവും ഒരുകാലത്ത് വിഡ്ഢിത്തമായി കണക്കാക്കപ്പെട്ടു.

എന്നാൽ ഇന്നാകട്ടെ അനന്തത്തെക്കുറിച്ച് നാം ഏറെ അറിവു നേടിയിട്ടുണ്ട്. ഇതിനു കാരണക്കാരൻ തന്നെ ഒരു മനോരോഗിയായാണ് കണക്കാക്കപ്പെട്ടതെന്നു മാത്രം – അഥവാ മറ്റുള്ളവരുടെ അവഹേളനം അദ്ദേഹത്തെ അങ്ങനെയാക്കി. അതിലേക്കു കടക്കുന്നതിനുമുമ്പ് അൽപ്പം ചരിത്രം പരിശോധിക്കാം.

ഇളായിലെ സെനൊ (ക്രി മു 490–435)

സെനോയുടെ പേരിലുള്ള വിരോധാഭാസങ്ങളെക്കുറിച്ച് നാം നേരത്തെ പരാമർശിച്ചിട്ടുണ്ട്. ഇദ്ദേഹത്തിന്റെ പേരിൽ അനേകം വിരോധാഭാസങ്ങളുണ്ടെങ്കിലും നാലെണ്ണമാണ് ഇന്ന് പ്രധാനമായും അറിയപ്പെടുന്നത്. തന്റെ ഗുരുനാഥനായിരുന്ന പെർമഡീസിന്റെ പ്രപഞ്ചസിദ്ധാന്തത്തിന്റെ ന്യായീകരണത്തിനുള്ള ശ്രമത്തിലാണ് ഇവ പിറന്നുവീണത്. ഭാരതീയ സങ്കൽപ്പം പോലെതന്നെ ഈ ഗ്രീക്കു ചിന്തകന്മാരും അനുഭവൈക പ്രപഞ്ചം ഒരു നിത്യബ്രഹ്മത്തിന്റെ പ്രതിഫലനമായാണ് കണക്കാക്കിയിരുന്നത്. ഈ ബ്രഹ്മം മാറ്റങ്ങൾക്കു വിധേയമല്ലാത്തതു മൂലം അതിന്റെ പ്രതിഫലനത്തിനും മാറ്റം സാധ്യമല്ല. ഇതു തെളിയിക്കാനുള്ള യുക്തികളെയാണ് സെനോ തേടിയിരുന്നത്. ഇതിന്റെ ഫലമാണ് സെനോയുടെ അനന്തത്തെക്കുറിച്ചുള്ള ഗണിതശാസ്ത്രപരമായ സങ്കൽപ്പവും ആർക്കിലെസിന്റെയും ആമയുടെയും കഥയിലെ ചലനം അസാധ്യമാണെന്ന നിഗമനവും.

ഇവിടെ യുക്തി വളരെ ലളിതമാണ്. ഒരു ബിന്ദുവിൽനിന്നും മറ്റൊരു ബിന്ദുവിലേക്കുള്ള ചലനം സങ്കൽപ്പിക്കുക. ഈ ബിന്ദുക്കളുടെ ഇടയ്ക്കുള്ള ബിന്ദുക്കളുടെ എണ്ണവും അനന്തമാണ്. ഒരു ബിന്ദുവിൽ നിന്ന് അടുത്ത ബിന്ദുവിലേക്കുള്ള ചലനത്തിന് എത്ര ചെറുതാണെങ്കിലും സമയമെടുക്കും. ഇത്തരം അനന്ത നിമിഷങ്ങൾ ചേരുമ്പോൾ മൊത്തം സമയവും അനന്തമാകും. ഇത്തരം ഒരു ചലനം അതിനാൽതന്നെ അസാധ്യമാണ്.

ഇതുപോലെ അദ്ദേഹത്തിന്റെ പേരിലുള്ള വിരോധാഭാസങ്ങളെല്ലാം നിഷേധാത്മക ഉത്തരം ലഭിക്കത്തക്കവണ്ണം രൂപപ്പെടുത്തിയവയാണ്. ബ്രഹ്മത്തിന് മാറ്റം അസാധ്യമാണെന്ന സിദ്ധാന്തം (മതം) പ്രചരിപ്പിക്കുന്നതിനുള്ള മാധ്യമങ്ങളായിരുന്ന ഈ വിരോധാഭാസങ്ങളെല്ലാം. എന്നാൽ അദ്ദേഹത്തിന് അധികം അനുയായികളെ ഒന്നും കിട്ടിയതായി തെളിവില്ല. തുടർച്ചയായുള്ള ദ്വികരണം (ഡൈക്കോട്ടോമി) എന്നു പേരുള്ള മേൽവിവരിച്ച വിരോധാഭാസത്തിന്റെ ദൗർബല്യം അനന്തം എന്നതുകൊണ്ട് എന്താണ് അർഥമാക്കുന്നതെന്ന് വ്യക്തമാക്കാൻ സെനോക്കായില്ല എന്നതാണ്.

ഗ്രീക്കു ചിന്തയിൽ, പ്രാചീന കൃതികളിൽതന്നെ, അനന്തത്തെക്കുറിച്ചുള്ള യുക്തിസഹമായ പരാമർശമുള്ളത് യൂക്ലിഡിന്റെ എലിമെന്റ്സിൽ തന്നെയാണ്. അഭാജ്യ സംഖ്യകളുടെ എണ്ണം എണ്ണിത്തീരില്ലെന്നതിന് യൂക്ലിഡ് നൽകിയ ലളിതവും മനോഹരവുമായ തെളിവിൽ ഗ്രീസിന് അനന്ത ഗണത്തെക്കുറിച്ചുണ്ടായിരുന്ന ധാരണയുടെ പ്രതിബിംബം കാണാം.

എന്താണ് ഒരു അഭാജ്യ (പ്രൈം) സംഖ്യ എന്നുനോക്കാം. അതേ സംഖ്യകൊണ്ടും ഒന്ന് എന്ന സംഖ്യകൊണ്ടും ഹരിക്കാവുന്ന സംഖ്യകളെയാണ് അഭാജ്യങ്ങൾ എന്നു വിളിക്കുന്നത്. മറ്റുള്ളവയെ ഭാജ്യ (കോമ്പസിറ്റ്) സംഖ്യകളെന്നും പറയുന്നു. ഇതിൽനിന്ന് ഏതൊരു സംഖ്യയെയും ഒന്ന്, അഭാജ്യസംഖ്യകൾ എന്നിവയുടെ ഗുണനഫലമായെഴുതാമെന്നു വരുന്നു. അഭാജ്യസംഖ്യകൾ അനന്തമല്ലെന്നിരിക്കട്ടെ. p_1, p_2, $p_3 .... p_n$ എന്നിവയാണ് ക്രമത്തിൽ ഇവയെന്നുമിരിക്കട്ടെ. എന്നാൽ p_1 x p_2 x ....p_n +1 അഭാജ്യസംഖ്യയായിരിക്കും. ഈ പദ്ധതി അനന്തമായി ആവർത്തിക്കാമെന്നതും വ്യക്തമാണല്ലോ.

അനന്തമെന്ന 'സംഖ്യ'യെ സ്വീകരിക്കാൻ വിമുഖത കാണിച്ചിരുന്ന ഗ്രീസ് എങ്ങനെയാണ് ഇത്രയും സമ്പന്നമായ ഒരു ഗണിതശാസ്ത്രപദ്ധതി രൂപപ്പെടുത്തിയതെന്നത് ആശ്ചര്യകരമായിതോന്നാം. ഉത്തരം ആവശ്യത്തിന് വേണ്ടുവോളം സംഖ്യകളുണ്ടെന്നതുതന്നെ. എന്തെടുത്താലും ഒരു പരിമിതരാശിയായിരിക്കുമല്ലോ? ഏതൊരു സംഖ്യയെയും രണ്ടുകൊണ്ടു തുടർച്ചയായി ഹരിച്ചാലും ഒരിക്കലും പൂജ്യത്തിലെത്തില്ലല്ലോ? (അടുത്തെത്തുമെങ്കിലും) അതുപോലെതന്നെ ഏതൊരു സംഖ്യയോടും തുടർച്ചയായി ഒന്നു കൂട്ടിയാലും കൂടുതൽ വലിയ സംഖ്യ ലഭിക്കുമെന്ന

ല്ലാതെ അനന്തത്തിലെത്തില്ല. ഇവിടെ സൂക്ഷ്മമായി പരിശോധിച്ചാൽ നമുക്കു മനസിലാകും – ഗ്രീക്കുകാർ കൈകാര്യം ചെയ്തത് അനന്ത മെന്ന സംഖ്യയെയല്ല, തുടർച്ചയായ, അനന്തമായ ഒരു പ്രക്രിയയാണ്.

ഈ പ്രക്രിയയിലുള്ളത് ആവർത്തിക്കുന്ന ഒരു ഗണിതശാസ്ത്രക്രി യയാണ്. ഇതു നമുക്ക് എത്ര വേണമെങ്കിലും ആവർത്തിക്കാം. പ്രായോ ഗികമായി ഏതൊരു ഘട്ടത്തിലും നമുക്ക് നിർത്താമെങ്കിലും തുടരാമെ ന്നബോധം നമുക്കുണ്ട്. അരിസ്റ്റോട്ടിൽ തന്നെ ഇക്കാര്യം ചൂണ്ടിക്കാണിച്ചി ട്ടുണ്ട്:

അനന്തമെന്ന ഒരു സംഖ്യയുടെ ആവശ്യമില്ല, ഉപയോഗിക്കുന്നുമില്ല. ഒരു പരിമിതമായ രേഖയെ എത്രവേണമെങ്കിലും നീട്ടാമെന്ന ബോധമേ ആവശ്യമുള്ളു.

ഇതുപോലെതന്നെ എണ്ണാനും നമ്മുടെ ആയുസിന്റെ പരിമിതി മാത്രമെ തടസമായുള്ളു!

ഗണം – ഗലീലിയോ, ബോൾസാനോ

ഗലീലിയോ ഗലീലി (1563–1642) ഒരു ഭൗതിക ശാസ്ത്രജ്ഞനെന്ന പോലെ ഗണിതശാസ്ത്രജ്ഞനുമായിരുന്നു – വൈദ്യശാസ്ത്രത്തിൽ പഠ നമാരംഭിച്ച അദ്ദേഹം ഒരു സമ്പൂർണ ശാസ്ത്രജ്ഞനായിരുന്നു.

ഗലീലിയോയുടെ *രണ്ടു നൂതന ശാസ്ത്രങ്ങളെക്കുറിച്ചുള്ള സംഭാ ഷണങ്ങൾ* ശാസ്ത്രഗ്രന്ഥമെന്നപോലെ ഒരു സാഹിത്യകൃതികൂടിയാണ്. മൂന്നു വ്യത്യസ്ത ആശയക്കാരായ കഥാപാത്രങ്ങൾ തമ്മിലുള്ള സംഭാ ഷണമെന്ന നിലയ്ക്കാണ് ഈ കൃതി എഴുതിയിരിക്കുന്നത്. ഓരോ അധ്യാ യത്തിന്റെയും ഉള്ളടക്കം ശാസ്ത്രത്തിന്റെ അടിത്തറയെക്കുറിച്ചുള്ള ഓരോദിവസം നടക്കുന്ന സംഭാഷണമാണ്. സൽവിയാറ്റി, സഗ്രെദൊ, സിംപ്ലിസിയോ എന്നീ മൂന്നു കഥാപാത്രങ്ങളിൽ ആദ്യത്തെ ആൾ ഗലീ ലിയോയുടെ പ്രതിരൂപമാണ്.

വർഗമൂലം എണ്ണൽസംഖ്യയായ ഒരു സംഖ്യയെ പൂർണവർഗമെന്നു വിളി ക്കുന്നു (പെർഫെക്ട് സ്ക്വയർ) 1, 4, 9, 16 എന്നിവയെല്ലാം പൂർണവർഗങ്ങളാണ്. 2, 3, 5, 6, 7 ഇവയൊന്നും അല്ലെന്നും വ്യക്ത മാണല്ലോ? ഇതിൽനിന്ന് നമുക്ക് ഊഹി ക്കാൻ കഴിയുന്നതെന്താണ്? എണ്ണൽ സംഖ്യകൾ എല്ലാം പൂർണവർഗങ്ങളല്ലാ ത്തതിനാൽ (തിരിച്ചാണുതാനും) പൂർണ വർഗങ്ങളുടെ എണ്ണം കുറവായിരിക്കണം. എന്നാൽ സൽവിയാറ്റി തറപ്പിച്ചു പറഞ്ഞു, എണ്ണൽസംഖ്യകളുടെ അത്രതന്നെ പൂർണവർഗങ്ങളുമുണ്ടെന്ന്! അതേസമയം

ഗലീലിയോ

ബോൾസാനോ

പൂർണവർഗങ്ങൾ തന്നെ എത്രത്തോളം കുറവാണെന്നും ഇദ്ദേഹം പറയുന്നു. ഒന്നുമുതൽ 100 വരെ പത്തെണ്ണംമാത്രം. പത്തുലക്ഷം വരെയുള്ള സംഖ്യകളിൽ ആയിരത്തിലൊന്നുമാത്രം! കൂടുതൽ കൂടുതൽ വലിയ സംഖ്യകൾ പരിഗണിക്കുമ്പോൾ ഈ അനുപാതം കുറഞ്ഞു വരുന്നതായും കാണാം!

എണ്ണൽസംഖ്യകളുടെ അത്ര പൂർണവർഗങ്ങളുമുണ്ടെന്ന് തെളിയിക്കാൻ (ഇന്ന്) വലിയ പ്രയാസമില്ല. ഒരു സംഖ്യയും അതിന്റെ വർഗവുമായുള്ള ഒന്നിനൊന്നു പൊരുത്തം പരിഗണിച്ചാൽ മതി. എണ്ണിയാലൊടുങ്ങാത്ത എണ്ണൽ സംഖ്യകൾക്ക് അനുസരിച്ച് അത്രത്തോളം പൂർണവർഗങ്ങളും ലഭിക്കുന്നു. എല്ലാ എണ്ണൽ സംഖ്യകളും പൂർണവർഗങ്ങളല്ലാത്തതിനാൽ ഇവയെല്ലാം എടുത്തുമാറ്റിയാലും 'എണ്ണത്തിൽ' കുറവു വരുന്നില്ല!

പൂർണസ്യ പൂർണമാദായ
പൂർണമേവാവശിഷ്യതേ

എന്ന് *ഈശാവാസ്യ ഉപനിഷത്തിൽ* പറഞ്ഞപോലെ തന്നെ! ദാർശനികമായി നമ്മുടെ ഋഷിമാർ പറഞ്ഞത് ശാസ്ത്രീയമായി ഗലീലിയോയും പറഞ്ഞു. ഗണിതശാസ്ത്രമെന്നാൽ തർക്കശാസ്ത്രം (ലോജിക്) അഥവാ ദർശനം തന്നെ എന്ന് ബർട്രാൻഡ് റസലിനെ പോലുള്ളവർ പറഞ്ഞിട്ടുമുണ്ട്. അതിനാൽ പൂജ്യത്തെപോലെ അനന്തവും (ഇൻഫിനിറ്റി) ഇന്ത്യാക്കാരാണ് കണ്ടുപിടിച്ചതെന്ന് വിശ്വസിക്കുന്ന 'യഥാർഥ ദേശാഭിമാനി'കളുമുണ്ട്!

ഇവിടെ ഗലീലിയോവിന്റെ വൈരുധ്യാധിഷ്ഠിത (ഡയലക്ടിക്കൽ) രീതിയാണ് ശ്രദ്ധാർഹമായിട്ടുള്ളത്. രണ്ടു കൂട്ടങ്ങളിലെ എണ്ണങ്ങൾ തുല്യമാണോ എന്നു പരിശോധിക്കാൻ എണ്ണി നോക്കേണ്ടതില്ല. ഒന്നിനൊന്നു പൊരുത്തംനോക്കി ഏതെങ്കിലും ഒന്നിലെ അംഗങ്ങൾ ജോഡിയാകാതെ വിട്ടുപോയിട്ടുണ്ടോ എന്നു പരിശോധിച്ചാൽ മതി. മാത്രമല്ല എണ്ണിനോക്കുന്ന രീതി പരിമിതകൂട്ടങ്ങളുടെ കാര്യത്തിൽ മാത്രമെ സാധ്യമാകൂ. അപരിമിതമെങ്കിൽ ഒരു കൂട്ടത്തിലെ അംഗങ്ങൾ (സംഖ്യയോ എന്തുമാകട്ടെ) തന്നെ എണ്ണിത്തീരില്ല.

എന്നാൽ തുടർന്നെന്ത് ചെയ്യണമെന്നു പറയാൻ ഗലീലിയോവിന്റെ കഥാപാത്രത്തിനായില്ല. ഒരു നിഗമനത്തിൽ മാത്രം അദ്ദേഹമെത്തി. ഒരു സങ്കരത്തിലെ എണ്ണങ്ങൾ അനന്തമാണെങ്കിൽ വലുപ്പ ചെറുപ്പത്തെക്കു

റിച്ചോ സമാസമങ്ങളെക്കുറിച്ചോ നമുക്കു പറയാൻ സാധിക്കയില്ല. ഇവയെല്ലാം പരിമിത സംഖ്യകളുടെ കാര്യത്തിലേ സാധ്യമാകൂ.

ഗലീലിയോവിന്റെ ഈ നിഗമനവും തെറ്റായിരുന്നു എന്നു നമുക്കു കാണാം. അദ്ദേഹത്തിന്റെ ഈ ഗവേഷണം സമകാലീനരിലോ അടുത്ത ഏതാനും നൂറ്റാണ്ടുകളിലെ ഗണിതശാസ്ത്രജ്ഞരിലോ പ്രത്യേക താൽപ്പര്യമൊന്നും ജനിപ്പിച്ചില്ല - ഗ്രീക്കു ഗണിതശാസ്ത്രത്തിന്റെ അനുയായികൾക്ക് അത് ആവശ്യവുമായിരുന്നില്ല.

ഗലീലിയോവിനുശേഷം ഇക്കാര്യത്തിൽ വേവലാതി തോന്നിയ ആദ്യത്തെ ഗണിതശാസ്ത്രജ്ഞൻ ചെക്ക്പാതിരിയായിരുന്ന ബെൻഹാർഡ് ബോൾസാനോ (1781–1848) ആണ്. പ്രേഗ് സർവകലാശാലയിൽ ദർശനം, ദൈവശാസ്ത്രം എന്നിവയുടെ പ്രൊഫസറായിരുന്ന അദ്ദേഹം തികഞ്ഞ ഒരു അഹിംസാവാദിയും യുദ്ധവിരുദ്ധ പ്രവർത്തകനുമായിരുന്നു. തന്റെ രാജ്യത്തിന്റെ സൈന്യത്തെ പിരിച്ചുവിട്ടു മാതൃക കാണിക്കണമെന്നുവരെ സിദ്ധാന്തിച്ച അദ്ദേഹത്തിനു ജോലിയും നഷ്ടപ്പെട്ടു. കുറച്ചുകാലം വീട്ടുതടങ്കലിലുമായിരുന്നു.

ഇതോടെ ബോൾസാനോ ദർശനത്തിലും കൂടാതെ ഗണിതശാസ്ത്രത്തിലും സമ്പൂർണമായി മുഴുകി. ഗലീലിയോവിനെപ്പോലെ അനന്തമായ സങ്കരങ്ങളുടെ കാര്യത്തിൽ ഒരു ഭാഗത്തെ പൂർണത്തോട് ഒന്നിനൊന്ന് പൊരുത്തപ്പെടുത്താമെന്ന് അദ്ദേഹവും കണ്ടു. പക്ഷെ ഗലീലിയോയിൽനിന്ന് വ്യത്യസ്തമായി എണ്ണൽസംഖ്യകൾക്കുപകരം വാസ്തവിക സംഖ്യകളാണ് അദ്ദേഹം പരിഗണിച്ചത്. ഏതൊരു ചെറിയ രേഖാഖണ്ഡത്തിലുമുള്ള ബിന്ദുക്കളുടേയും എണ്ണം തുല്യമാണെന്നും ഇവ സംഖ്യകളെ പ്രതിനിധാനം ചെയ്യുമ്പോൾ ഏതൊരു അന്തരാളത്തിലും (ഇന്റർവെൽ) തുല്യ എണ്ണം ബിന്ദുക്കളാണ് ഉള്ളതെന്നും അദ്ദേഹം കണ്ടു. ഒരു ഉദാഹരണത്തിൽനിന്ന് അദ്ദേഹത്തിന്റെ വാദഗതി മനസിലാക്കാം.

ചിത്രത്തിൽ OA എന്നത് (0, 1) എന്ന ഇന്റർവെൽ ആണ്, OB (0, 2) - ഉം. OP എന്ന രേഖയിലെ ബിന്ദുക്കളുടെ y നിർദേശാങ്കം 0 മുതൽ 2 വരെ അനുസ്യൂതമായി മാറിക്കൊണ്ടിരിക്കുമല്ലോ. P_1നോട് പൊരുത്തപ്പെട്ട് ചിത്രത്തിൽ M_1 എന്ന ബിന്ദു കാണിച്ചപോലെ OPയിലെ ഓരോ ബിന്ദുവിനും ബന്ധപ്പെട്ട് OB യിലും ബിന്ദുവുണ്ടായിരിക്കും. ഇതിൽനിന്ന് (0, 1), (0, 2) എന്നീ ഇന്റർവെല്ലുകളിൽ ഉള്ള ബിന്ദുക്കൾ തുല്യമാണെന്നു കാണാം. ഇത് കൂടുതൽ സാമാന്യവൽക്കരിച്ച്

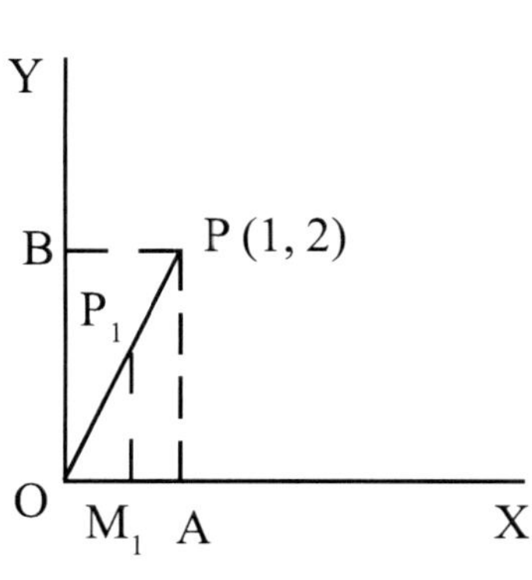

ഏതൊരു രേഖാ ഖണ്ഡത്തിലും മുഴുവൻ വാസ്തവിക സംഖ്യകൾക്കു തുല്യമായ എണ്ണം ബിന്ദുക്കളുണ്ടെന്ന് ബോൾസാനോ കണ്ടു.

ഒരുപക്ഷെ ബോൾസോനോയുടെ ഏറ്റവും പ്രധാനപ്പെട്ട സംഭാവന ഗണം എന്ന സങ്കൽപ്പമാണ്. ഇത് ഗണിതശാസ്ത്രത്തിന്റെ ദർശനത്തിലേൽപ്പിച്ച ആഘാതം (ഇംപാക്ട്) അത്ഭുതകരമാണ്. ബോൾസാനോയുടെ ഗണത്തിന്റെ നിർവചനം അതിലെ അംഗങ്ങളെ പരിഗണിക്കുന്ന ക്രമത്തെ ആധാരമാക്കിയല്ല. ഇത് ഗണങ്ങൾ തമ്മിലുള്ള ഒന്നിനൊന്നു പൊരുത്തം എത്ര അടിസ്ഥാനപരമാണെന്നു കാണിക്കുന്നു. കാരണം ഗണത്തിലെ അംഗങ്ങളുടെ എണ്ണമെടുക്കാതെയും മറ്റൊരു ഗണവുമായുള്ള പൊരുത്തം നോക്കാമെന്നു മാത്രമല്ല അപരിമിത ഗണങ്ങളുടെ കാര്യത്തിൽ താരതമ്യം ഇത്തരത്തിൽ മാത്രമെ സാധ്യമാകൂ എന്നതും വ്യക്തമാണല്ലോ? പരിമിത അംഗങ്ങളുള്ള ഗണങ്ങളുടെ കാര്യത്തിൽ തീർച്ചയായും നമുക്ക് എണ്ണിനോക്കാം. ഒന്ന്, രണ്ട്, മൂന്ന് എന്നിങ്ങനെ നാം എണ്ണുമ്പോൾ അംഗങ്ങൾക്ക് ഒരു ക്രമം നാം അധികമായി കൽപ്പിക്കയാണ്. ഇത് ഗണത്തിന്റെ അടിസ്ഥാന സവിശേഷതയിൽ പെട്ടതല്ലെന്ന് ബോൾസാനോ കാണിച്ചുതന്നു. പൊരുത്തം മാത്രം നോക്കുമ്പോൾ ഈ അധികഗുണം പരിഗണിക്കേണ്ടതിന്റെ ആവശ്യമില്ല. നിർഭാഗ്യവശാൽ ഈ ഗവേഷണഫലങ്ങളൊന്നും അദ്ദേഹത്തിന്റെ സമകാലീനരെ ആകർഷിച്ചില്ല.

ക്രമസൂചക സംഖ്യകൾ

ഗണത്തിന് ആദ്യമായി ഒരു നിർവചനം നൽകിയത് ബോൾസാനൊ ആണെന്ന് നാം കണ്ടു. ഗണത്തിലെ അംഗങ്ങളുടെ ക്രമം അപ്രസക്തമാണെന്നും നാം കണ്ടു. എന്നാൽ അംഗങ്ങളുടെ എണ്ണം നാം എണ്ണിതിട്ടപ്പെടുത്തുകയാണെങ്കിൽ ഇവിടെ ഓരോ അംഗത്തിനും നാം ഒരു സംഖ്യ ചാർത്തിക്കൊടുക്കുന്നു - പത്താമത്തെ, പതിനഞ്ചാമത്തെ, അറുപതാമത്തെ എന്നിങ്ങനെ. അഥവാ അംഗങ്ങളെ പരിഗണിക്കുമ്പോൾ അനുബന്ധമായ സംഖ്യയും പ്രാധാന്യമർഹിക്കുന്നു. അംഗങ്ങളുടെ ക്രമത്തെ കാണിക്കുന്ന ഇത്തരം സംഖ്യകളെ ക്രമസൂചക (ഓർഡിനൽ) സംഖ്യകളെന്നു വിളിക്കുന്നു.

ജോർജ് കാന്ററും ഗണസിദ്ധാന്തവും

ബോൾസാനോവിനുശേഷം ഗണങ്ങളെ ഗൗരവമായെടുത്തത് ജോർജ് കാന്റർ (1845–1918) ആയിരുന്നു. റഷ്യയിലെ സെന്റ് പീറ്റേഴ്സ് ബർഗിൽ ജനിച്ച അദ്ദേഹത്തിന്റെ കുടുംബംതന്നെ ജർമനിയിലെ ഫ്രാങ്ക്ഫർട്ടിലേക്ക് കുടിയേറി പാർത്തതിനാൽ അവിടെയാണ് തന്റെ ബാല്യം കഴിച്ചുകൂട്ടിയത്. ബർലിൻ സർവകലാശാലയിൽ പഠിക്കുമ്പോൾ തിയോഡോർ വെയ്സ്ട്രാസ്, ലിയോപോൾസ് ക്രോണക്കർ എന്നീ പ്രസിദ്ധ ഗണിതശാസ്ത്രജ്ഞർ അദ്ദേഹത്തിന്റെ അധ്യാപകരായിരുന്നു.

അദ്ദേഹത്തിന്റെ ഗവേഷണ പ്രബന്ധത്തിന്റെ ഒരധ്യായത്തിന്റെ പേരു തന്നെ രസകരമായിരുന്നു. "ഗണിതശാസ്ത്രത്തിൽ ചോദ്യം ഉന്നയിക്കുന്ന കലയാണ് പ്രശ്നങ്ങൾ നിർധാരണം ചെയ്യുന്നതിനേക്കാൾ കൂടുതൽ മൂല്യവത്ത്" എന്ന ഒരു മുഴുവൻ വാക്യം!

ഗണസിദ്ധാന്തത്തിലേക്ക് ചില സംഭാവനകൾ എന്ന പേരിൽ 1877 ജൂലായിൽ കാന്റർ പ്രസിദ്ധീകരണത്തിനയച്ച ഉപന്യാസം പ്രസിദ്ധീകരണക്കാർക്ക് ഒരു പൊതിക്കാത്ത തേങ്ങയായിരുന്നു. വെയ്സ്ട്രാസ്, ഹൈനെ എന്നിവരിൽ നിന്ന് പ്രചോദനം ഉൾക്കൊണ്ട് രചിച്ച ഈ പ്രബന്ധം അച്ചടിക്കാനുള്ള ധൈര്യം അവർക്ക് ഉണ്ടായിരുന്നില്ല. കാരണം. ഒരു നേർരേഖയിലെ ബിന്ദുക്കളുടേയും അതേവശമുള്ള ഒരു സമചതുരത്തിലെ ബിന്ദുക്കളുടെയും എണ്ണം തുല്യമാണെന്നു പറഞ്ഞാൽ ദഹിക്കാൻ ആർക്കും കുറച്ചു പ്രയാസമുണ്ടാകും! അന്നുവരെ വിശ്ലേഷണത്തിൽ ഗവേഷണം നടത്തിയിരുന്ന കാന്റർ അതിന്റെ തുടർച്ചയായി തന്നെയാണ് ഗണങ്ങളിലെത്തിച്ചേർന്നത്.

ജോർജ് കാന്റർ

ദർശനത്തിൽ പ്ലേറ്റോയുടെ അനുയായിയായിരുന്ന കാന്ററിന് ഗണിതശാസ്ത്രം ആധ്യാത്മികതയുടെ ഒരു അംശമായിരുന്നു. റോമിലെ തോമസ് എസ്സെർ എന്ന പാതിരിക്കയച്ച ഒരു കത്തിൽ അദ്ദേഹം എഴുതി:

> 'ഗണിതശാസ്ത്രത്തിന്റെയും മറ്റു ശാസ്ത്രങ്ങളുടെയും അടിത്തറ പാകുക എന്നത് ആധ്യാത്മികതയുടെ കടമയാണ്. അതിനാൽ ആധ്യാത്മികത അവയെ തന്റെ മക്കളും തോഴന്മാരുമായി കരുതുകയും, പൂന്തോപ്പിൽനിന്ന് തേനും തന്റെ മനോഹരമായ കൂടു നിർമിക്കാനുള്ള സാമഗ്രികളും ശേഖരിക്കുന്നതിന് ആയിരക്കണക്കിന് തേനീച്ചകളെ അയക്കുന്ന റാണിയെപോലെ അവയെ നിയന്ത്രിക്കയും വേണം. എന്റെ ഗണസിദ്ധാന്തം ആധ്യാത്മികശാസ്ത്രമാണ്. കാരണം അൽപ്പംപോലും അതിശയോക്തി ചേരാത്ത ശുദ്ധമായ ചിന്തയുടെ ഉൽപ്പന്നമാണ് അത്.'

എന്നാൽ കാന്ററുടെ നിർഭാഗ്യമെന്നു പറയട്ടെ, അദ്ദേഹത്തിന്റെ ഗണസിദ്ധാന്തം ഗണിതശാസ്ത്രത്തിൽതന്നെ ദാർശനികമായ ഒരു ചർച്ചക്ക് തുടക്കം കുറിക്കുകയും മുഴുവൻ ശാസ്ത്രശാഖകളേയും ആധ്യാത്മികതയിൽനിന്ന് സ്വതന്ത്രമാക്കാൻ ഇടയാക്കുകയും ചെയ്തു!

കാന്റർ അപരിമിത ഗണങ്ങളെ ഒന്നിനൊന്നു പൊരുത്തത്തിന്റെ അടിസ്ഥാനത്തിൽ താരതമ്യം ചെയ്തു. പ്രകടമായ വ്യത്യസ്തതകളുള്ള ഗണ

ങ്ങൾ തമ്മിൽ ഇത്തരം പൊരുത്തങ്ങൾ അദ്ദേഹം കണ്ടെത്തി. ഇത്തരം ഒരു ഗണവും അതിന്റെ ഒരു ഉപഗണവുമായിതന്നെ അദ്ദേഹം പൊരുത്തം കണ്ടെത്തി. (ഗലീലിയോ തന്നെ ഇതു കണ്ടെത്തിയിരുന്നതായി നാം കണ്ടു).

ഒന്നിനൊന്നു പൊരുത്തമുള്ള ഗണങ്ങൾക്ക് ഒരേ ബലം (പവർ) ഉള്ളതായി അദ്ദേഹം നിർവചിച്ചു. ഒരു രേഖയിൽ കിടക്കുന്ന ബിന്ദുക്കളുടെ ഗണത്തിന് പരിമേയസംഖ്യകളുടെ ഗണം (Q), ഇരട്ടസംഖ്യകളുടെ ഗണം (E), എണ്ണൽസംഖ്യകളുടെ ഗണം (N) എന്നിവയേക്കാൾ ബലമുള്ളതായി അദ്ദേഹം കണ്ടെത്തി. ഈ ഗവേഷണഫലങ്ങൾ പ്രസിദ്ധീകരിക്കാൻ പ്രസാധകർ തയ്യാറായി. എന്നാൽ തുടർന്ന് ഒരു സമചതുരത്തിന്റെ ഒരു വശത്തിന്മേൽ കിടക്കുന്ന ബിന്ദുക്കളുടെ ഗണത്തിനും, ചതുരത്തിലെ മൊത്തം ബിന്ദുക്കളുടെ ഗണത്തിനും തുല്യ ബലമാണെന്നെല്ലാം അദ്ദേഹം പറയാൻ തുടങ്ങിയപ്പോഴാണ് അവരും മടിച്ചു പിന്മാറിയത്. വാസ്തവത്തിൽ തന്റെ മേധാശക്തിയുടെ സൃഷ്ടികണ്ട് അദ്ദേഹംതന്നെ അമ്പരന്നതായി തന്റെ സുഹൃത്ത് ഡെഡെകിന്റിന് എഴുതിയിട്ടുണ്ട്.

കാന്ററുടെ ഗുരുനാഥനായിരുന്ന ക്രോണക്കർ തന്നെയായിരുന്നു അദ്ദേഹത്തിന്റെ ഏറ്റവും വലിയ വിമർശകൻ. കാന്ററുടെ ഗവേഷണങ്ങളുടെ പ്രസിദ്ധീകരണം തടഞ്ഞവരിൽ പ്രധാനിയും ക്രോണക്കറായിരുന്നു.

അന്നു നിലവിലിരുന്ന അനന്തത്തെക്കുറിച്ചുള്ള ധാരണ എത്ര എണ്ണിയാലും എത്തിച്ചേരാൻ കഴിയാത്ത സംഖ്യ, അല്ലെങ്കിൽ പോയിൻകാറെയുടെ നിലവിൽ എത്ര ഉണ്ടെങ്കിലും പുതിയതായി എത്ര വേണമെങ്കിലും ഉണ്ടാക്കാവുന്ന അവസ്ഥ എന്നതായിരുന്നു. അപ്പോൾ, ഒന്നിലേറെ അനന്തങ്ങളുണ്ടെന്ന തരത്തിലുള്ള പുതിയ സിദ്ധാന്തങ്ങൾ, എതിർപ്പുകൾ നേരിടുന്നതു സ്വാഭാവികമായിരുന്നു. ദാർശനികതലത്തിൽ ഇതു വലിച്ചുനീട്ടി ഒന്നിലേറെ ദൈവങ്ങളുണ്ടെന്ന നിഗമനത്തിലെത്താമെന്നതിൽനിന്ന് അദ്ദേഹത്തിൽ മതനിന്ദയും ആരോപിക്കാനിടയായി.

കാന്റർ ആദ്യം പരിശ്രമിച്ചത് അപരിമിത ഗണങ്ങൾക്കു സാധാരണ ഗണങ്ങൾക്കുള്ളതിൽ നിന്ന് വ്യത്യസ്തമായി ഉള്ള ഗുണവിശേഷം വേർതിരിച്ചെടുക്കാനാണ്. അഭാജ്യസംഖ്യകളെക്കുറിച്ചുള്ള തന്റെ പ്രമേയത്തിൽ യൂക്ലിഡ് പറയുന്നത് അവയുടെ എണ്ണം അനന്തമാണെന്നാണ്. ഒരു പടികൂടി കടന്ന് കാന്റർ യൂക്ലിഡിന്റെ ഒരു അടിസ്ഥാന പ്രമാണത്തെതന്നെ പറിച്ചെറിഞ്ഞു. "പൂർണം അതിന്റെ ഒരു ഭാഗത്തേക്കാൾ വലുതാണ്" എന്ന, നമുക്കേവർക്കും നിത്യജീവിതത്തിൽ പരിചിതമായ പ്രമാണം! ഇതിന്റെ നേരെ വിപരീതമാണ് അനന്തഗണങ്ങളുടെ പ്രത്യേക ഗുണവിശേഷമെന്ന് മനസിലാക്കിയ കാന്റർ ഇതിനെ അത്തരം ഗണങ്ങളുടെ നിർവചനമായെടുത്തു. ഡെഡെകിന്റായിരുന്നു ഇതിന്റെ ഉപജ്ഞാതാവെങ്കിലും കാന്ററാണ് ഒരു നിർവചനമെന്ന നിലയിൽ അതിനെ കൂടുതൽ ഉപയോഗപ്പെടുത്തിയത്. കൂടുതൽ വ്യക്തമായി പറയുകയാണെങ്കിൽ :

> ഒരു ഗണത്തിന് അതിന്റെ തന്നെ (അംഗങ്ങളിൽ കുറവുള്ളതായി കരുതാവുന്ന) ഒരു ഉപഗണത്തോട് ഒന്നിനൊന്നു പൊരുത്തമുണ്ടെങ്കിൽ ആ ഗണം ഒരു അനന്തഗണമാണ്. കൂടാതെ പരിമിതമോ അപരിമിതമോ ആകട്ടെ, രണ്ടു ഗണങ്ങൾ തമ്മിൽ ഇത്തരം പൊരുത്തമുണ്ടെങ്കിൽ അവ തുല്യങ്ങളായിരിക്കും.

ഇത്തരം ഗണങ്ങളുടെ അംഗങ്ങളുടെ ഗണനസംഖ്യ (കാർഡിനാലിറ്റി) തുല്യമാണെന്നു പറയുന്നു. ബീജീയസംഖ്യകളുടെയും പരിമേയ സംഖ്യകളുടെയും കാർഡിനാലിറ്റിയും തുല്യമാണെന്ന് കാന്റർ കണ്ടു.

അനന്തഗണത്തിന്റെ കാര്യത്തിൽ തുല്യം, വലുത്, ചെറുത് തുടങ്ങിയവ അപ്രസക്തങ്ങളാണെന്ന് ഗലീലിയോ കണ്ടെത്തിയിരുന്നല്ലോ? എന്നാൽ കാന്റർ ഒരു പടികൂടി കടന്ന് വാസ്തവിക സംഖ്യകളുടെ ഗണം പരിമേയസംഖ്യകളുടെ ഗണത്തേക്കാൾ വലുതാണെന്നു കണ്ടു.

ഈ കണ്ടുപിടുത്തത്തിന്റെ അനന്തരഫലങ്ങൾ ആശ്ചര്യകരമായിരുന്നു. അതിൽ ഒന്നാണ് π, e തുടങ്ങിയ ചുരുക്കം അബീജീയ സംഖ്യകളെ അറിയപ്പെടുന്നതായുള്ളു എങ്കിലും ഇത്തരം സംഖ്യകളുടെ എണ്ണം ബീജീയ സംഖ്യകളുടേതിനേക്കാൾ കൂടുതലാണെന്നത്. ഇത് തെളിയിക്കാൻ വളരെ എളുപ്പമാണ് – ബീജീയ സംഖ്യകളും എണ്ണൽസംഖ്യകളുമായി ഒന്നിനൊന്നു പൊരുത്തമുണ്ട്!

ഇത്തരത്തിൽ ഒന്നിലേറെ അപരിമിത ഗണങ്ങളുണ്ടെന്ന്, തെളിയിക്കപ്പെട്ടപ്പോൾ സ്വാഭാവികമായും അടുത്ത ചോദ്യം ഉയർന്നുവന്നു – വാസ്തവിക സംഖ്യകളുടേതിനേക്കാൾ വലിയ ഗണങ്ങൾ ഉണ്ടോ? ഇങ്ങനെ എത്രതരം അനന്ത ഗണങ്ങളുണ്ടായിരിക്കാം? ഇവയുടെ അംഗ സംഖ്യകളുടെ ഒരു അങ്കഗണിതം സാധ്യമാണോ?

ഇത്തരം ചില ചോദ്യങ്ങൾക്ക് ഉത്തരം കാണുന്നതിന് ഘാതഗണം (പവർസെറ്റ്) ഉപയോഗിക്കാമെന്ന് കാന്റർ കണ്ടു. ഒരു ഗണത്തിന്റെ ഉപഗണങ്ങളുടെ ഗണത്തിനെയാണ് അതിന്റെ ഘാതഗണം എന്നു പറയുന്നത്. ശൂന്യഗണം ഏതൊരു ഗണത്തിന്റെയും ഉപഗണമാണ്. അതിനാൽ ഒരു അംഗം മാത്രമുള്ള ഗണത്തിനും രണ്ടു ഉപഗണങ്ങളുണ്ടാകാം. ഇതിൽനിന്ന് ശൂന്യമല്ലാത്ത ഏതൊരു ഗണത്തിന്റേയും പവർസെറ്റ് അതിനേക്കാൾ വലുതായിരിക്കുമെന്ന് വ്യക്തമാണല്ലോ?

കാന്ററുടെ തികച്ചും ആശ്ചര്യകരമായ ഒരു കണ്ടുപിടുത്തമായിരുന്നു എണ്ണൽസാഖ്യകളുടെ ഗണത്തിന്റെ പവർസെറ്റിനും വാസ്തവിക സംഖ്യകളുടെ ഗണത്തിനും ഒരേ വലുപ്പമാണെന്നത്. ഈ വാസ്തവിക സംഖ്യകളുടെ ഗണത്തിന്റെ പവർസെറ്റ് അതിനേക്കാൾ വലുതായിരിക്കണമല്ലോ? ഇങ്ങനെ കൂടുതൽ കൂടുതൽ വലിയ അപരിമിത ഗണങ്ങൾ ഉണ്ടെന്ന് കാന്റർ കണ്ടെത്തി. ഇത് അനന്തമായി തുടരാമെന്നതിനാൽ അപരിമിത ഗണങ്ങളുടെ എണ്ണവും അനന്തമാണെന്ന് കാന്റർ കണ്ടെത്തി. ഈ ഓരോ ഗണങ്ങളുടെയും വലുപ്പം സൂചിപ്പിക്കാൻ അദ്ദേഹം

ചിഹ്നങ്ങളും മുന്നോട്ടുവെച്ചു. ഇവയെ ആണ് ഗണനസംഖ്യകൾ (കാർഡിനൽ നമ്പർ) എന്നു പറയുന്നത്.

അപരിമിത ഗണങ്ങളോടനുബന്ധിച്ചുള്ള ഗണനസംഖ്യകൾ സാധാരണ സംഖ്യകളുടെ ഒരു സാമാന്യവൽക്കൃത രൂപം തന്നെയാണ്. കാരണം സാധാരണ ഒരു സംഖ്യ എന്താണെന്നു മനസിലാക്കിയാൽ പരിമിതാതീയ സംഖ്യകളെക്കുറിച്ച് ഒരു ധാരണയുണ്ടാവാൻ അതു സഹായിക്കും. മൂർത്തമായ ഒരു സംഖ്യാ സന്ദർഭവും അമൂർത്തമായ സംഖ്യയും തമ്മിൽ വ്യത്യാസമുണ്ട്. 3 എന്ന ഒരു സംഖ്യ പരിഗണിക്കുന്നു എന്നിരിക്കട്ടെ. നമുക്കു ചുറ്റും എത്രയോ ഉദാഹരണങ്ങളുണ്ട് – മൂന്നു പൂക്കൾ, ബ്രഹ്മാവിഷ്ണു – മഹേശ്വരന്മാരായ ത്രിമൂർത്തികൾ, പിതാവ്–പുത്രൻ–പരിശുദ്ധാത്മാവ് എന്ന ക്രിസ്തീയ ദൈവസങ്കൽപ്പം, ഉർവശി രംഭ തിലോത്തമമാർ മുതൽ എത്രയോ ഉണ്ട്. ഇവയിൽ ഓരോന്നും ഓരോ ഗണമായി സങ്കൽപ്പിക്കുക. ഇവയുടെ അംഗങ്ങൾ തമ്മിൽ നമുക്ക് ഒന്നിനൊന്നു പൊരുത്തം കാണാൻ സാധിക്കും. ഒരുപക്ഷെ ഈ പൊരുത്തം മാത്രമാണ് അവയെ ബന്ധിപ്പിക്കുന്ന ഘടകം. ഈ പൊതുഗുണം പ്രകാശിപ്പിക്കുന്നതിനുള്ള ഒരു മാർഗമാണ് ഗണനസംഖ്യ എന്ന സങ്കൽപ്പം പരിമിത ഗണങ്ങൾക്കും ബാധകമാക്കുക എന്നത്. S ഒരു ഗണമാണെങ്കിൽ അതിന്റെ ഗണന സംഖ്യയെ കാർഡ് (S) എന്നെഴുതുന്നു. ഇതാകട്ടെ S–ൽ എത്ര അംശങ്ങളുണ്ടെന്ന് ചൂണ്ടിക്കാണിക്കുന്നു. കാർഡ്(S) = കാർഡ് (T) ആണെങ്കിൽ S, T എന്നീ ഗണങ്ങൾ ഒരേ സംഖ്യയെ പ്രതിനിധാനം ചെയ്യുന്നതായി കണക്കാക്കാം. ചുരുക്കത്തിൽ ഓരോ സംഖ്യയെയും ഒരുകൂട്ടം ഗണങ്ങൾ പ്രതിനിധാനം ചെയ്യുന്നതായി കണക്കാക്കാം. m എന്ന സംഖ്യ എന്നാൽ m അംഗങ്ങളുള്ള ഗണങ്ങളുടെ ഗണന സംഖ്യയാണ്. സംഖ്യകളുടെ കാര്യത്തിലാണെങ്കിൽ പരിമിതസംഖ്യകളുടെ കാര്യത്തിൽ മാത്രമല്ല എണ്ണൽസംഖ്യകളുടെ ഗണം, പൂർണവർഗങ്ങളുടെ ഗണം, പരിമേയസംഖ്യകളുടെ ഗണം എന്നിവയെല്ലാം ഒരേ ഗണന സംഖ്യയെ പ്രതിനിധാനം ചെയ്യുന്നു.

എണ്ണൽസംഖ്യകളുടെ ഗണം തുടങ്ങിയവയുടെ ഗണനസംഖ്യക്ക് കാന്റർ നൽകിയ നാമമാണ് N_0 (അലഫ് നോട്ട്). അടുത്ത പരിമിതാതീതസംഖ്യയായ വാസ്തവിക സംഖ്യാഗണത്തിന്റെ ഗണനസംഖ്യയെ N_1 (അലഫ്വൺ), തുടർന്ന് N_2 എന്നിങ്ങനെ അദ്ദേഹം പേരിട്ടു.

ഇവ ഒരു പുതിയതരം സംഖ്യകളാണല്ലോ. ഈ പരിമിതാതീത സംഖ്യകളുടെ ഒരു അങ്കഗണിതത്തെക്കുറിച്ചും അദ്ദേഹം പരിശോധിച്ചു. സങ്കലനം ഗുണനം എന്നീ ക്രിയകൾ നിർവചിക്കുന്നതിൽ അദ്ദേഹം വിജയിക്കുകയും ചെയ്തു.

ഇവിടെ രണ്ടു സംഖ്യകൾ തമ്മിൽ കൂട്ടണമെങ്കിൽ അവയോടനുബന്ധിച്ച ഗണങ്ങൾ തമ്മിൽ കൂട്ടണം. A, B എന്നിവ രണ്ടു വ്യത്യസ്ത ഗണങ്ങളാണെന്നിരിക്കട്ടെ. അവയ്ക്ക് പൊതുവായി അംഗങ്ങളില്ലെന്നും. അവയുടെ തുക A+B എന്നാൽ ഈ രണ്ടു ഗണങ്ങളിലേയും അംഗങ്ങൾ അടങ്ങിയ ഗണമാണ്.

കാർഡ് (A) = aയും കാർഡ് B=bയും ആണെന്നിരിക്കട്ടെ.

എങ്കിൽ a+b = കാർഡ് (A) + Card (B) = കാർഡ് (A+B) എന്നു ലഭിക്കുന്നു. ഗുണനത്തിനും ഇതുപോലെ ഗണങ്ങളുടെ ഗുണനം നമുക്ക് നിർവചിക്കേണ്ടതാണ്.

$A = \{a_1, a_2, a_3, ...a_m\}$

$B = \{(b_1, b_2, ...b_n\}$

എന്നിരിക്കട്ടെ. ഇവയുടെ ഗുണനഫലത്തെ നാം താഴെകാണുന്ന വിധം നിർവചിക്കുന്നു :

$A \text{ x } B = \{(a_1, b_1), (a_1, b_2).... (a_1, b_n), a_2, b_1), ... (a_m, b_n)\}$

അതായത് A, B എന്നീ ഗണങ്ങളിലെ അംഗങ്ങളുടെ ക്രമജോഡികളുടെ ഗണം. ഇത് ഏതൊരു ജോഡി ഗണങ്ങൾക്കും നിർവചിക്കാനാവുമല്ലോ? എങ്കിൽ

ax b = കാർഡ് (A) x കാർഡ് (B) = കാർഡ് (AxB)

ഇവിടെ a, b എന്നിവ മുമ്പു നിർവ്വചിച്ചപോലെ A, B എന്നിവയുടെ ഗണനസംഖ്യകളാണ്. Aക്കും Bക്കും പൊതുവായ അംഗങ്ങളുണ്ടായാലും വിരോധമില്ലെന്നു മാത്രം.

പരിമിതാതീത സംഖ്യകളുടെ കുറയ്ക്കൽ, ഹരിക്കൽ എന്നിവ നിർവചിക്കാനുള്ള വിഷമം ഊഹിച്ചാൽ തന്നെ പിടികിട്ടും.

അപരിമിത സംഖ്യകളുടെ അങ്കഗണിതം വാസ്തവിക സംഖ്യകളുടെ അങ്കഗണിതത്തിന്റെ സാമാന്യവൽക്കരണമെന്ന നിലയ്ക്ക്, അതിന് ചില പ്രത്യേകതകളും ന്യായമായും പ്രതീക്ഷിക്കാമല്ലോ?

ഇതിൽ സ്വാഭാവികമായും ആദ്യം ഉയർന്നുവരുന്ന ചോദ്യമിതാണ്: N_0, N_1 എന്നിവ ഗണനസംഖ്യകളാണല്ലോ. ഇവയിൽ വലുത് N_1 ആണെന്നും നാം കണ്ടു. എങ്കിൽ

N_0നേക്കാൾ വലുതും എന്നാൽ N_1 നേക്കാൾ ചെറുതുമായ ഒരു ഗണന സംഖ്യയുണ്ടോ?

ഈ ചോദ്യത്തിന് 1893–ൽ കാന്റർ തന്നെ ഇല്ല എന്ന ഉത്തരം നൽകി. ഇതാണ് പ്രസിദ്ധമായ 'സാന്തത്യ ഉപപത്തി' അഥവാ കണ്ടിന്വം ഹൈപോതീസീസ്.

കാന്ററുടെ ഗണസിദ്ധാന്തം സംഖ്യകൾ, അങ്കഗണിതം തുടങ്ങിയവയിലേക്ക് പുതിയ വെളിച്ചം വീശി. അതുകൊണ്ടുതന്നെ അദ്ദേഹത്തിന് ക്രോണിക്കറെപോലെയുള്ള എതിരാളികളെപ്പോലെ ഹിൽബർട്ടിനെപോലെയുള്ള ആരാധകരേയും ലഭിച്ചു. "കാന്റർ നിർമിച്ചു നൽകിയ സ്വർഗത്തിൽ നിന്ന് ആർക്കും ഞങ്ങളെ ആട്ടിപ്പുറത്താക്കാനാകില്ലെന്നു" പറഞ്ഞ ഹിൽബർട്ട്, തന്റെ പ്രസിദ്ധമായ ഇരുപത്തിമൂന്നു പ്രശ്നങ്ങളിൽ പ്രധാന സ്ഥാനം നൽകിയത് കണ്ടിന്വം ഹൈപോതീസിസിന്റെ തെളിവിനാണ്.

ഗണങ്ങളോടനുബന്ധിച്ച് നാം രണ്ടുതരം സംഖ്യകൾ കണ്ടു – ക്രമസൂചകസംഖ്യകളും ഗണനസംഖ്യകളും. പരിമിതഗണങ്ങളുടെ കാര്യത്തിൽ ഇവ രണ്ടും ഒന്നുതന്നെ (വിലയിൽ) – വ്യാഖ്യാനത്തിൽ വ്യത്യാസമുണ്ടെങ്കിലും. എന്നാൽ അപരിമിത ഗണങ്ങളുടെ കാര്യത്തിൽ താത്വിക

പ്രശ്നങ്ങൾ ഉയർന്നുവന്നു. കാരണം ഗണനസംഖ്യകൾ താരതമ്യം ചെയ്യാനാവില്ല. ഏതു വലുത് ഏതു ചെറുത് എന്നുപറയാൻ വയ്യ. അനന്ത ഗണങ്ങളുടെ നിർവചനത്തിൽനിന്നുതന്നെ ഇത് മനസിലാക്കാം. സാന്തത്യ ഉപപത്തിയുടെ അടിസ്ഥാനവും ഇതുതന്നെ.

ഗണങ്ങൾ കാന്ററിനുശേഷം

ഗണസിദ്ധാന്തം ഗണിതശാസ്ത്ര പഠനത്തിനുതന്നെ ഒരു പുതിയ ദിശ നൽകിയതായി നമ്മൾ കണ്ടു. എന്നാൽ കാന്ററുടെ അന്ത്യനാളുകൾ വളരെ ദാരുണമായിരുന്നു. പക്ഷെ മാനസികാരോഗ്യം തകർന്നിട്ടുപോലും അന്ത്യനാളുകൾവരെ അദ്ദേഹം ഗവേഷണം തുടർന്നുകൊണ്ടിരുന്നു. കാന്ററിന്റെ ഗണസിദ്ധാന്തത്തെ അകൃത്രിമ (നെയ്‌വ്) ഗണസിദ്ധാന്തം എന്നാണ് പറയാറ്. അതായത് ഗണത്തിന്റെ നിർവചനം തന്നെ വളരെ ലളിതമാണ്. എന്നാൽ തന്റെ ഗണസിദ്ധാന്തത്തിന്റെ ചില ദൗർബല്യങ്ങളെക്കുറിച്ച് കാന്റർ ബോധവാനായിരുന്നു. അദ്ദേഹം അവ മറ്റുള്ളവരുടെ ശ്രദ്ധയിൽ കൊണ്ടുവരാനോ പരിഹാരം തേടാനോ തുനിഞ്ഞില്ലെന്നു മാത്രം. പ്രധാനമായ പ്രശ്നം തൊട്ടുമുമ്പിലെ ഖണ്ഡികയിൽ പറഞ്ഞതുതന്നെ. അതായത് പരസ്പരം താരതമ്യപ്പെടുത്താനാവാത്ത സംഖ്യകൾ ഉണ്ടെന്നതുതന്നെ. ഇതിന്റെ പരിഹാരത്തിനുമുമ്പ് നമുക്ക് ഒരു പ്രസിദ്ധമായ വിരോധാഭാസം പരിശോധിക്കാം.

റസ്സൽ വിരോധാഭാസം

കാന്ററുടെ ഗണസിദ്ധാന്തത്തിന്റെ ന്യൂനതയെ ആദ്യമായി ഗണിതശാസ്ത്രജ്ഞരുടെ ശ്രദ്ധയിൽ കൊണ്ടുവന്നത് ബർട്രാന്റ് റസ്സലായിരുന്നു. ഗണിതശാസ്ത്രജ്ഞനായി ആരംഭിച്ച് തത്വജ്ഞാനി എന്ന നിലയിലും മഹാനായ ഒരു മനുഷ്യസ്നേഹി എന്ന നിലയിലും പ്രസിദ്ധനായിരുന്ന റസ്സൽ ഒന്നാംലോക മഹായുദ്ധകാലത്ത് യുദ്ധവിരുദ്ധ നിലപാടിന് തന്റെ രാജ്യത്തെ (ബ്രിട്ടൻ) ഭരണാധികാരികളിൽനിന്നുതന്നെ ശിക്ഷ ഏറ്റുവാങ്ങി. വിയറ്റ്നാം യുദ്ധകാലത്ത് അമേരിക്കക്കെതിരെ ലോകമനഃസാക്ഷി ഉണർത്തുന്നതിലും അദ്ദേഹം മുൻനിരയിൽ ഉണ്ടായിരുന്നു.

ഗണിതശാസ്ത്രത്തിന്റെ അടിസ്ഥാനത്തെക്കുറിച്ചുള്ള പ്രഥമഗ്രന്ഥം റസ്സലും ഹെൻഡ്രിനോർത്ത് വൈറ്റ്ഹെഡും ചേർന്നെഴുതിയ *ഗണിതശാസ്ത്രതത്വങ്ങൾ (പ്രിൻസിപ്പിയ മാത്തമാറ്റിക്ക)* ആണെന്നു പറയാം. ഇവരുടെ അഭിപ്രായത്തിൽ ശുദ്ധഗണിത ശാസ്ത്രമെന്നാൽ യുക്തിഭാഷയുടെ ഒരു ഭാഗം തന്നെയാണ്. യുക്തിഭാഷ അഥവാ തർക്കശാസ്ത്രം യുക്തിഭദ്രമായ ചിന്താഗതിയുടെ നിയമങ്ങളെക്കുറിച്ചുള്ള പഠനമാണ്. ഗണിതശാസ്ത്രം സംഖ്യകളെയോ രൂപങ്ങളെയോ കുറിച്ചുള്ള ഒരു ശാസ്ത്രമല്ല. റസ്സലിന്റെ പ്രസിദ്ധമായ ഒരു പ്രസ്താവനയുണ്ട്:

ബർട്രാന്റ് റസ്സൽ

ഗണിതശാസ്ത്രജ്ഞനെ സംബന്ധിച്ചിടത്തോളം താൻ പറയുന്നതെന്തെന്നോ അതിൽ തെറ്റുണ്ടോ എന്നതോ തികച്ചും അപ്രസക്തമാണ്. ഇത്തരം കാര്യങ്ങളൊന്നും ഗണിതശാസ്ത്രത്തിന്റെ മേഖലയിൽ വരുന്നില്ല. പറയുന്നതെല്ലാം പ്രമാണങ്ങളെ അടിസ്ഥാനപ്പെടുത്തി യുക്തിഭദ്രമാണോ എന്നതു മാത്രമാണ് ചോദ്യം.

തങ്ങളുടെ യുക്തിഭാഷക്കനുയോജ്യമായ ചിഹ്നങ്ങൾ ഉണ്ടാക്കിയെടുക്കാൻ റസ്സലും വൈറ്റ്ഹെഡും ദശാബ്ദങ്ങൾ ചെലവഴിച്ചു. അവർ തിരിച്ചുപോയത് കാന്ററുടെ ഗണസിദ്ധാന്തത്തിലേക്കായിരുന്നു.

കാന്ററുടെ ഭാഷയിൽ ഒരു ഗണത്തിന്റെ നിർവചനം വളരെ ലളിതമാണ്. ഒരു സന്ദർഭത്തിൽ നാം എല്ലാ വസ്തുക്കളും ചേർന്ന് ഒരു സമസ്തഗണ(യൂണിവേഴ്സൽ സെറ്റ്)മാണ് പരിഗണിക്കുന്നത്. എല്ലാ ഗണങ്ങളും ഈ സമസ്തഗണത്തിന്റെ ഭാഗങ്ങൾ മാത്രമാണ്. സമസ്തഗണത്തിലെ ഒരു വസ്തു എടുത്താൽ അത് പരിഗണനയിൽപ്പെട്ട ഗണത്തിലെ അംഗമാണോ അല്ലയോ എന്നുപറയാൻ സാധിക്കണം. ഇങ്ങനെ അംഗങ്ങളെല്ലാം വ്യക്തമായി നിർവചിക്കപ്പെട്ടിരിക്കണമെന്നു മാത്രം. ഇതിനായി വെച്ചിട്ടുള്ള നിബന്ധനകൾ പാലിക്കുന്നുണ്ടെങ്കിൽ ഗണത്തിലുണ്ട്. ഇല്ലെങ്കിൽ ഗണത്തിനു പുറത്താണ്.

ഗണിതശാസ്ത്രത്തിന്റെ രംഗത്ത് റസ്സൽ ഒരു ബാർബറെ അവതരിപ്പിച്ചു. അഹങ്കാരിയായ അയാൾ പ്രഖ്യാപിച്ചു: “ഈ നഗരത്തിലെ സ്വയം ക്ഷൗരംചെയ്യാത്ത എല്ലാവരും അതിനായി എന്റെ അടുക്കലാണ് വരാറുള്ളത്.”

അങ്ങനെ നഗരത്തിലെ ജനങ്ങൾ മുഴുവൻ ഉൾക്കൊള്ളുന്ന സമസ്തഗണത്തിൽ നിന്ന് ബാർബർ ഒരു ഗണം നിർവചിച്ചു – ‘താൻ ക്ഷൗരം ചെയ്യുന്നവരുടെ ഗണം.’ ഈ ഗണം എങ്ങനെയാണ് നിർവചിച്ചിരിക്കുന്നതെന്ന് നോക്കുക. ഉദാഹരണമായി രാമൻ എന്ന ഒരു വ്യക്തിയെ പരിഗണിക്കുക. അയാൾ സ്വയമാണോ മീശവടിക്കുന്നത്? ആണെങ്കിൽ മേൽപ്പറഞ്ഞ ഗണത്തിലെ അംഗമല്ല. സ്വയമല്ലെങ്കിലോ അയാൾ നമ്മുടെ ബാർബറുടെ അടുത്താണ് പോകുന്നത്. അതിനാൽ അയാൾ മുമ്പു നിർവചിച്ച ഗണത്തിൽപ്പെടുന്നു. ചോദ്യമിതാണ്: “ബാർബർ ആ ഗണത്തിൽപെടുമോ?” സ്വയമാണ് ക്ഷൗരം ചെയ്യുന്നത്. അതിനാൽ അയാൾ ഗണത്തിൽപ്പെടുന്നില്ല. എന്നാൽ അതേസമയം നമ്മുടെ ബാർബർ തന്നെയാണ് ക്ഷൗരം ചെയ്യുന്നത്. അതിനാൽ ഗണത്തിൽപ്പെടുന്നു! ഇതാണ് റസ്സലിന്റെ പേരിൽ അറിയപ്പെടുന്ന വിരോധാഭാസം.

ഇതിനു സമാനമായി മറ്റ് പ്രസിദ്ധ വിരോധാഭാസങ്ങളുമുണ്ടെങ്കിലും വിശദാംശങ്ങളിലേക്ക് കടക്കുന്നില്ല. ഇവിടെ അടിസ്ഥാന പ്രശ്നമിതാണ്: ഗണങ്ങളുടെ ഗണം നിർവചിക്കുമ്പോൾ നാം ഒരു കുരുക്കിൽ അകപ്പെടും. ഉദാഹരണമായി എല്ലാ മനുഷ്യരുടെയും ഗണമെന്നു പറഞ്ഞാൽ അത് ഒരു മനുഷ്യനല്ലാത്തതിനാൽ ഒരു ആശയക്കുഴപ്പവുമില്ല. എന്നാൽ എല്ലാ ആശയങ്ങളുടേയും ഗണമോ? ഇതും ഒരു ആശയമായതിനാൽ ഗണത്തിലെ അംഗമാണ്. ഫലത്തിൽ ചില ഗണങ്ങളും അവയിലെതന്നെ അംഗമാകാം. മറ്റ് ചിലവ അല്ലായിരിക്കാം. ഇവയുടെ ഗണങ്ങളെ നാം യഥാക്രമം M എന്നും N എന്നും വിളിക്കുന്നുവെന്നിരിക്കട്ടെ.

N ഒരു ഗണമാണ്. അത് Mലേയോ Nലേയോ അംഗം എന്ന പ്രശ്നം പരിശോധിക്കാം. N അതിലെതന്നെ അംഗമാണെങ്കിൽ അത് Mൽ അംഗ

സെർമെലോ

ഫ്രാങ്കൽ

മാണ്. അതിനാൽ അത് Nൽ അംഗമല്ല. അതിനാൽ അത് Nൽ അംഗമാണ്....... ഇങ്ങനെ നാം ഒരു ദൂഷിതവലയത്തിൽ പെടുന്നു.

ഇതിനുള്ള കാരണം എന്താണ്? നാം ഒരു വസ്തുവിനെ നിർവചിക്കാൻ അതുംകൂടി ഉൾക്കൊള്ളുന്ന ഒരു ഗണത്തിന്റെ അംഗങ്ങളെ ഉപയോഗിക്കുന്നു എന്നതുതന്നെ. വിശ്ലേഷണത്തിനുപയോഗിക്കുന്ന പല നിർവചനങ്ങളിലും ഈ പ്രശ്നമുണ്ട്. വാസ്തവിക സംഖ്യകളുടെ ഗണം ഗണനീയ(കൗണ്ടബിൾ)മല്ലെന്നതിന് കാന്റർ മുന്നോട്ടുവെച്ച തെളിവിലും ഈ പ്രശ്നമുണ്ട്. ഇതെല്ലാം ഗണിത ശാസ്ത്രത്തിന്റെ അടിത്തറയെ ഇളക്കി.

ഇതിനുള്ള പ്രതിവിധിയായി കണ്ടത് കാന്ററുടെ ഗണിതസിദ്ധാന്തത്തെ പ്രമാണവൽക്കരിച്ച് തേച്ചുമിനുക്കിയെടുക്കുക എന്നതായിരുന്നു. ജ്യാമിതിയിൽ ഇതുകൊണ്ട് ഫലം കണ്ടെത്തിയെങ്കിൽ എന്തുകൊണ്ട് ഇവിടെയും പരീക്ഷിച്ചുകൂടാ? ഇതിന്റെ ചുമതല ആദ്യമായേറ്റെടുത്തത്

ഏണസ്റ്റ് സെർമെലോ എന്ന ജർമൻ ഗണിതശാസ്ത്രജ്ഞനായിരുന്നു. അദ്ദേഹത്തിന്റെ അഭിപ്രായത്തിൽ വിരോധാഭാസങ്ങൾക്കു കാരണം ഗണത്തിന്റെ നിർവചനത്തിൽ കാന്റർ വേണ്ടത്ര നിബന്ധനകൾ വയ്ക്കാത്തതായിരുന്നു. ഗണം എന്നാൽ വ്യക്തമായി നിർവചിക്കപ്പെട്ട വസ്തുക്കളുടെ (അതല്ലെങ്കിൽ മറ്റെന്തെങ്കിലുമിന്റെ) കൂട്ടമെന്ന കാന്ററുടെ നിർവ്വചനം വേണ്ടത്ര നിഷ്ക്രിഷ്ടമല്ല. അതിനാൽ കൃത്യമായ പ്രമാണങ്ങൾ ഉപയോഗിച്ച് ഗണങ്ങളെ നിർവചിക്കണമെന്ന് സെർമെലോ അഭിപ്രായപ്പെട്ടു. നിർവചനത്തിലുള്ള വ്യവസ്ഥകൾ പരസ്പരാനുയുക്തം (കൺസിസ്റ്റന്റ്) ആകണം. (കാന്റർ തന്നെ ഗണങ്ങളെ കൺസിസ്റ്റന്റ്, ഇൻകൺസിസ്റ്റന്റ് എന്ന് വിഭജിച്ചിരുന്നു. ഇവയിൽ ആദ്യവിഭാഗത്തിലേക്ക് പരിമിതപ്പെടുത്തണം.) പ്രമാണങ്ങളിൽ നിർവചിക്കപ്പെടാത്ത ബാഹ്യപദങ്ങൾ കടന്നുവരാതിരിക്കാൻ അദ്ദേഹം ശ്രദ്ധിച്ചു. പൊരുത്തക്കേടുകൾക്ക് കാരണമാകാവുന്ന ഘടകങ്ങളെ പരമാവധി ഒഴിവാക്കുക എന്നതായിരുന്നു അദ്ദേഹത്തിന്റെ പരിപാടിയുടെ കാതൽ.

ഗണനസംഖ്യകളുടെ താരതമ്യത്തിന്റെ പ്രശ്നത്തിനുള്ള പരിഹാരമായി സെർമെലോ ഒരു പ്രമാണം മുന്നോട്ടുവെച്ചു – *തിരഞ്ഞെടുപ്പിനെ സംബന്ധിച്ച പ്രമാണം* (*ആക്സിയം ഓഫ് ചോയ്സ്*). അതായത് പരസ്പരം വ്യത്യസ്തങ്ങളായ ഗണങ്ങളുടെ ഒരു ഗണം പരിഗണിക്കുക. എണ്ണം എത്ര വേണമെങ്കിലും ആകട്ടെ. ഇവയിൽ ഓരോ ഗണത്തിൽനിന്നും ഓരോ അംഗത്തെ എടുത്ത് പുതിയ ഒരു ഗണമുണ്ടാക്കാം. ഈ പ്രമാണംകൂടി അംഗീകരിക്കുകയാണെങ്കിൽ ഏതു രണ്ടു ഗണവും താരതമ്യപ്പെടുത്താമെന്ന് അദ്ദേഹം തെളിയിച്ചു. അബ്രഹാം എ ഫ്രാങ്കൽ, ഫോൺ ന്യൂമാൻ എന്നിവർ സെർമെലോയുടെ ഗണസിദ്ധാന്തത്തെ പുഷ്ടിപ്പെടുത്തി. ന്യൂമാൻ ക്ലാസുകൾ ഗണങ്ങൾ എന്നിവയെ വേർതിരിച്ചു. ക്ലാസുകൾ എന്നാൽ മറ്റു ഗണങ്ങളിലോ ക്ലാസുകളിലോ അംഗമാവാൻ കഴിയാത്ത വലിയവയാണ്. എന്നാൽ ഗണങ്ങൾ ചെറിയവയും മറ്റു ക്ലാസ്സുകളിൽ അംഗങ്ങളാവാൻ സാധ്യതയുള്ളവയുമാണ്.

സെർമെലോയുടെ ഗണസിദ്ധാന്തം 'ഔപചാരികമായ ഗണസിദ്ധാന്തം' (ഫോർമൽ സെറ്റ് തിയറി) എന്ന പേരിലാണ് അറിയപ്പെടുന്നത്. ഇത് ഗണിതശാസ്ത്ര വിശ്ലേഷണത്തിന് അടിത്തറ പാകുമെന്ന തരത്തിലുള്ളതാണ്. ആർക്കും അതിൽ വിരോധാഭാസങ്ങൾ കണ്ടെത്താൻ കഴിഞ്ഞിട്ടില്ല – പരസ്പരാനുയുക്തത തെളിയിക്കാൻ കഴിഞ്ഞിട്ടില്ലെങ്കിലും. മാത്രമല്ല ആക്സിയം ഓഫ് ചോയ്സ് ആദ്യം കടുത്ത വിമർശനത്തിന് ഇടയാക്കി. വിമർശകരിലാകട്ടെ

ഫോൺന്യൂമാൻ

പോയിൻകാറെ

ഹഡാമാഡ്, ലെബെഗ് തുടങ്ങിയ പ്രമാണിമാരും ഉണ്ടായിരുന്നു. ഇതെല്ലാംകണ്ട് പോയിൻകാറെ പറഞ്ഞു: "ആട്ടിൻപറ്റത്തിനെ ചെന്നായ്ക്കളിൽനിന്ന് രക്ഷിക്കാൻ നാം നല്ലൊരു വേലികെട്ടി. പക്ഷേ അതിനുള്ളിൽ മുമ്പുതന്നെ വല്ല ചെന്നായും കടന്നുകൂടിയിട്ടുണ്ടോ എന്ന് തീർച്ചയില്ല."

പുതിയ ഗണസിദ്ധാന്തത്തിന് മിക്കവാറും ഗണിതശാസ്ത്രങ്ങളുടെ അടിത്തറയാവാൻ സാധിക്കുമായിരുന്നു എന്നതിനാൽ തൽക്കാലം ബഹളമെല്ലാം ക്ഷമിക്കേണ്ടതായിരുന്നു. എന്നാൽ സംഭവിച്ചത് നേരെ മറിച്ചാണ്. കാരണം അടിത്തറ തേടുന്ന വിവിധ പഠനസംഘങ്ങൾ ഇതിനോടകം നിലവിൽ വന്നിരുന്നു. അതിനാൽതന്നെ ഈ ശാഖ വളരെ ഗൗരവമേറിയ ഒരു പഠനഭാഗമായി ഇപ്പോഴും തുടരുന്നു. അപരിമിത ഗണങ്ങളുടെ പഠനത്തിൽ തർക്കശാസ്ത്രത്തിന്റെ പങ്കിനെതന്നെ ഇതിൽ ഒരു വിഭാഗം ചോദ്യം ചെയ്യുന്നു. മറ്റു ചിലരാകട്ടെ ലോജിക്കിന്റെ പ്രസക്തിയെക്കുറിച്ചുള്ള ഏതൊരു മുൻവിധിയേയും അംഗീകരിക്കാൻ തയ്യാറല്ല. ഇതിന്റെ വേരുകൾ തേടിയാൽ തർക്കശാസ്ത്രത്തിന്റെ ചരിത്രത്തിൽ അരിസ്റ്റോട്ടിലിന്റെയും പ്ലേറ്റോയുടെയും കാലത്തോളം കുഴിച്ചുപോകേണ്ടിവരും.

7

ഗണിതശാസ്ത്രം ഇരുപതാം നൂറ്റാണ്ടിൽ

പതിനേഴാം നൂറ്റാണ്ടിന്റെ ആരംഭത്തിൽ ആധുനികശാസ്ത്രത്തിന്റെ പിറവി വിളിച്ചറിയിച്ച രണ്ടു ചിന്തകരാണ് ബ്രിട്ടീഷുകാരനായിരുന്ന ഫ്രാൻസിസ് ബേക്കണും, ഫ്രഞ്ചുകാരനായിരുന്ന റെനി ഡെക്കാർത്തെയും. ഇവരിൽ ഡെക്കാർത്തെയെ കുറിച്ച് മുമ്പുതന്നെ പരാമർശിച്ചിട്ടുണ്ട്.

രണ്ടുപേരും ഭാവിയിലെ ശാസ്ത്രദർശനത്തിന്റെ ദിശകൾ പ്രവചിച്ചു. രണ്ടും വ്യത്യസ്തങ്ങളായിരുന്നു എന്നു മാത്രം. ബേക്കൺ ആവശ്യപ്പെട്ടത് കണ്ണുകൾ തുറന്നുവയ്ക്കാനും ചുറ്റുമുള്ള പ്രപഞ്ചത്തെ സസൂക്ഷ്മം നിരീക്ഷിക്കാനുമായിരുന്നു. എന്നാൽ "എന്റെ അസ്തിത്വത്തിന്റെ തെളിവ് ഞാൻ ചിന്തിക്കുന്നു എന്നതാകുന്നു' എന്നു പ്രഖ്യാപിച്ച ഡെക്കാർത്തെയുടെ അഭിപ്രായത്തിൽ ശാസ്ത്രം തികച്ചും ചിന്തകളുടെ സൃഷ്ടിയാണ്. ബേക്കൺന്റെ അഭിപ്രായത്തിൽ ശാസ്ത്രജ്ഞർ തുടരെത്തുടരെ സഞ്ചരിച്ച് ശേഖരിക്കുന്ന വിവരങ്ങളും പരീക്ഷണ നിരീക്ഷണങ്ങളുടെ ഫലങ്ങളുമാണ് ശാസ്ത്രസൃഷ്ടിയുടെ അടിസ്ഥാനമെങ്കിൽ ഡെക്കാർത്തെയുടെ അഭിപ്രായത്തിൽ ശാസ്ത്രജ്ഞൻ തന്റെ വീട്ടിൽ ധ്യാനനിരതനായിരുന്ന് ശാസ്ത്രജ്ഞാനം തന്റെ ചിന്തകളിലൂടെ രൂപപ്പെടുത്തണം. ഇതിനാകട്ടെ ദൈവവിശ്വാസവും ചിന്തകളുടെ നിയമങ്ങളും മാത്രമെ ആവശ്യമുള്ളു. അതിനാൽതന്നെ (പിന്നീട് ബർട്രാൻറ് റസ്സൽ വ്യക്തമാക്കിയപോലെ) യുക്തിയുടെ ശാസ്ത്രമായ ഗണിതം തന്നെ തന്റെ സത്യാന്വേഷണത്തിന്റെ മാർഗമായി അദ്ദേഹം തിരഞ്ഞെടുത്തു. ദൈവജ്ഞാനം തന്നെ ശാസ്ത്രജ്ഞാനവും!

ഈ രണ്ടു വീക്ഷണങ്ങളും വിവിധ ശാസ്ത്രശാഖകളെ പരിപോഷിപ്പിച്ചുവന്നിട്ടുണ്ട്. ആധുനികശാസ്ത്രം ബേക്കൺ പറഞ്ഞപോലെ

ബാഹ്യപ്രപഞ്ചത്തിന്റെ അതിരുകൾ തേടി സഞ്ചരിക്കാൻ തുടങ്ങി. സ്ഥൂലമായി അതിവിദൂരതകളിലേക്കു കണ്ണുനട്ടും സൂക്ഷ്മമായി പരമാണുക്കളെ ചൂഴ്ന്നു നോക്കിയും നഗ്നനേത്രങ്ങൾക്ക് ഒന്നും കണ്ടെത്താനാവില്ലല്ലോ? സാങ്കേതിക സഹായത്തോടെ കണ്ടെത്തുന്നവയാകട്ടെ ഗണിതശാസ്ത്രപരമായ, അളവുകളെ അടിസ്ഥാനമാക്കിയുള്ള, അറിവുകളാണ്. ഇപ്രകാരം മറ്റു ശാസ്ത്രങ്ങൾ ഗണിതശാസ്ത്ര മേഖലയെ അതിക്രമിച്ചു കടക്കാൻ തുടങ്ങി. മറുഭാഗത്ത് ഗണിതശാസ്ത്രവും അതിന്റെ അന്വേഷണ മേഖല വികസിപ്പിച്ച് മറ്റു ശാസ്ത്ര ശാഖകളെ താത്വിക പഠനങ്ങൾക്കു വിധേയമാക്കി സ്വയം പുഷ്ടിപ്പെട്ടു. ചുരുക്കത്തിൽ ഇരുപതാം നൂറ്റാണ്ടായപ്പോഴേക്കും ഗണിതശാസ്ത്രമടക്കം എല്ലാ ശാസ്ത്രമേഖലകൾക്കും തങ്ങളുടെ നേട്ടങ്ങൾ പ്രകാശിപ്പിക്കാൻ പരമ്പരാഗത രീതികൾ പോരെന്നുവന്നു.

നൂറ്റാണ്ടിന്റെ ആദ്യപകുതി

മുൻഗാമികളായ മഹാരഥന്മാർ സംഭരിച്ചുവെച്ചിരുന്ന ഗണിതശാസ്ത്ര വിജ്ഞാനത്തിന്റെ ഭണ്ഡാകാരം തുറന്ന് നിർലോഭം ഉപയോഗിക്കുന്ന വിസ്മയകരമായ ഒരു കാഴ്ചയാണ് കഴിഞ്ഞ നൂറ്റാണ്ടിന്റെ ആരംഭം മുതൽ നാം കാണുന്നത്. തികച്ചും താത്വിക ചർച്ചകൾക്കു മാത്രം പ്രയോജനപ്പെടുമെന്നു കരുതിയിരുന്ന പല ഗണിതശാസ്ത്രശാഖകളും ആപേക്ഷികതാ സിദ്ധാന്തത്തിന്റെയും ക്വാണ്ടം ബലതന്ത്രത്തിന്റെയും മറ്റും അവിഭാജ്യ ഘടകങ്ങളായി മാറി. യൂക്ലിഡിയേതര ജ്യാമിതിയും ടെൻസർ വിശ്ലേഷണവുമെല്ലാം ഇതിൽപ്പെടും. ജീവിതകാലത്ത് വേണ്ടത്ര അംഗീകാരം ലഭിക്കാതിരുന്ന ഹെവിസൈഡും ഗ്രാസ്മാനും സോഫസ് ലീയുമെല്ലാം ശാസ്ത്രജ്ഞരുടെ ഇഷ്ടതാരങ്ങളായി മാറി.

ഹിൽബർട്ട് പ്രശ്നങ്ങൾ

1900–ൽ പാരീസിൽവെച്ചു ചേർന്ന ഗണിതശാസ്ത്രജ്ഞരുടെ അന്താരാഷ്ട്ര സമ്മേളനത്തിൽ (ഇന്റർനാഷണൽ കോൺഗ്രസ് ഓഫ് മാത്തമാറ്റീഷ്യൻസ്) വെച്ച് വരുന്ന നൂറ്റാണ്ടിലെ ഗണിതശാസ്ത്ര ഗവേഷണത്തിന് ദിശാബോധം നൽകുന്നതിലേക്കായി വിവിധ ശാഖകളിൽ നിന്നുള്ള പത്തു പ്രശ്നങ്ങൾ ഡേവിസ് ഹിൽബർട്ട് നിർദേശിച്ചു കുറച്ചുവർഷങ്ങൾക്കുശേഷം മറ്റൊരു പതിമൂന്നു പ്രശ്നങ്ങളും അദ്ദേഹം തന്നെ നിർദേശിച്ചു. ഇവ 'ഹിൽബർട്ട് പ്രശ്നങ്ങൾ' (ഹിൽബർട്ട് പ്രോബ്ലംസ്) എന്ന് അറിയപ്പെടുന്നു.

ഡേവിഡ് ഹിൽബർട്ട്

ഇവയുടെ പ്രത്യേകത പ്രശ്നങ്ങളുടെ മൗലികതയും വിവിധ ശാഖകളുടെ പ്രാതിനിധ്യ

സ്വഭാവവുമായിരുന്നു. പ്രശ്നങ്ങൾ എന്ന നിലയ്ക്ക് ചിലവ താരതമ്യേന ലളിതവും മറ്റു ചിലവ വളരെ ജഡിലവുമായിരുന്നു. ഒരെണ്ണത്തിന് (മൂന്നാമത്തെ പ്രശ്നം) ഉടൻതന്നെ ഉത്തരം കണ്ടെത്തി (ടോപോളജി-ഡെൻ എന്ന ശാസ്ത്രജ്ഞൻ). രണ്ടെണ്ണത്തിന് ഉത്തരം കണ്ടെത്തുക എന്നത് ഒരുപക്ഷെ അസാധ്യമെന്നു കരുതപ്പെടുന്നു - നാലാമത്തെയും ആറാമത്തെയും പ്രശ്നങ്ങൾ.

നാലാമത്തെ പ്രശ്നം ജ്യാമിതിയുടെ അടിത്തറയെ കുറിച്ചുള്ളതാണ്. ആറാമത്തേത് ഭൗതികശാസ്ത്രത്തിന്റെ പ്രമാണവൽക്കരണമാണ്.

ഭൗതികശാസ്ത്രം ഗണിതശാസ്ത്രത്തിൽനിന്ന് സ്വതന്ത്രമാക്കപ്പെട്ടതുമൂലം അതിന്റെ രീതിയും വ്യത്യസ്തമാണ്. അതിനാൽ ഗണിതശാസ്ത്രത്തിന്റെ രീതിയിലുള്ള അതിന്റെ പ്രമാണവൽക്കരണം ഏറക്കുറെ അസാധ്യമെന്നു പറയാം.

ഹിൽബർട്ടിന്റെ ആദ്യത്തെ പ്രശ്നം സാന്തത്യഉപപത്തി (കണ്ടിന്വം ഹൈപോതീസിസ്) ആയിരുന്നു. ഇതിനുള്ള ഉത്തരം കണ്ടുപിടിച്ചതിന് പോൾകോഹന് 1960-ൽ ഫീൽഡ്സ് മെഡൽ ലഭിച്ചു. പത്താമത്തെ ചോദ്യത്തിന് റഷ്യക്കാരനായ മതിയാസെവിച്ചും (1970) ഉത്തരം കണ്ടെത്തി. ഇതിന്റെതന്നെ മറ്റൊരു രൂപമായ ഫെർമയുടെ പ്രമേയത്തിന് 1995-ൽ ആൻഡ്രൂവൈൽസ് ഉത്തരം കണ്ടെത്തി.

1928-ൽ ബൊളോഗ്ണയിൽ ചേർന്ന അന്താരാഷ്ട്ര സമ്മേളനത്തിൽ തന്റെ രണ്ടാമത്തെ പ്രശ്നം ഹിൽബർട്ട് തന്നെ മറ്റൊരു തരത്തിൽ അവതരിപ്പിച്ചു. പിയാനോയുടെ പ്രമാണങ്ങളിന്മേൽ കെട്ടിപ്പടുത്ത ഗണിതശാസ്ത്രത്തിന്റെ അടിത്തറയെക്കുറിച്ചുള്ള ഈ ചോദ്യങ്ങൾ താഴെക്കൊടുക്കുന്നു:

ആൻഡ്രൂവൈൽസ്

എ. ഗണിതശാസ്ത്രം പൂർണ(കംപ്ലീറ്റ്)മാണോ? അതായത് ഗണിതശാസ്ത്ര സംബന്ധമായ എന്തും അടിസ്ഥാന പ്രമാണങ്ങളിൽനിന്ന് സിദ്ധിക്കുമോ?

ബി. ഗണിതശാസ്ത്രം പരസ്പരാനുയുക്ത(കൺസിസ്റ്റന്റ്)മാണോ? അതായത് തെളിവു കണ്ടെത്താവുന്ന ഏതു പ്രസ്താവനയും ശരിക്കും സത്യമാണോ? അഥവാ തെറ്റായ പ്രസ്താവനകളിലേക്കു നയിക്കുന്ന ഉപപത്തികൾക്ക് പ്രസക്തിയുണ്ടോ?

സി. ഗണിതശാസ്ത്രം സംശയാതീതമാണോ? അഥവാ ഏതൊരു ഗണിതശാസ്ത്ര പ്രസ്താവനയും ശരിയോ തെറ്റോ എന്ന് അസന്ദിഗ്ധമായി തെളിയിക്കാനുള്ള കലനവിധി കണ്ടെത്താനാവുമോ?

ഇതിൽ ആദ്യത്തെ രണ്ടെണ്ണത്തിന് കുർട്ട് ഗോഡൽ ഉത്തരം കണ്ടെത്തി. മൂന്നാമത്തേതിന് അലൻട്യൂറിങ്ങും.

കുർട്ട് ഗോഡൽ

നോർവെയിൽ ജനിച്ച ഗോഡൽ ആസ്ത്രിയയിലെ വിശ്വവിദ്യാലയത്തിൽനിന്ന് 1929–ൽ ഗവേഷണ ബിരുദം നേടി അവിടെതന്നെ അധ്യാപകനായി തന്റെ ഔദ്യോഗിക ജീവിതം ആരംഭിച്ചു. നാസികൾ അധികാരം പിടിച്ചെടുത്ത് ഹിറ്റ്ലർ തന്റെ സാമ്രാജ്യം വികസിപ്പിക്കാൻ തുടങ്ങിയ കാലമായിരുന്നു. ആദ്യകാലത്ത് ഗോഡൽ ഇത്തരം രാഷ്ട്രീയ കാര്യങ്ങളിൽ തൽപ്പരനായിരുന്നില്ല. എന്നാൽ 1930ന്റെ അവസാനം തന്റെ അടുത്ത സുഹൃത്തും സഹപ്രവർത്തകനുമായ ഒരാൾ ഒരു നാസി വിദ്യാർഥിയാൽ കൊല്ലപ്പെട്ട സംഭവം അദ്ദേഹത്തിന്റെ ജീവിതത്തിലും ഒരു വഴിത്തിരിവായി. എട്ടു വർഷങ്ങൾക്കുശേഷമാണെങ്കിലും രണ്ടാം ലോകമഹായുദ്ധം ആരംഭിച്ചതോടെ അദ്ദേഹം അമേരിക്കയിലെ പ്രിൻസ്റ്റണിലേക്ക് പലായനം ചെയ്തു.

ഗോഡലിന്റെ സുപ്രസിദ്ധമായ പ്രമേയം നിഷേധാത്മകമായ ഒന്നായിരുന്നു. എന്തു നിലവിലുണ്ട് അല്ലെങ്കിൽ എന്ത് സാധ്യമാണ് എന്നല്ല മറിച്ച് എന്ത് നിലവിലില്ല അഥവാ എന്ത് അസാധ്യമാണ് എന്നായിരുന്നു അദ്ദേഹം പ്രഖ്യാപിച്ചത്. ഇത് വിശദീകരിക്കാൻ നമുക്ക് ഹിൽബർട്ടിലേക്കുതന്നെ മടങ്ങാം.

രണ്ടായിരം വർഷങ്ങൾക്കുശേഷം യൂക്ലിഡിന്റെ ജ്യാമിതിയെ പ്രമാണവൽക്കരിക്കുന്നതിൽ ഹിൽബർട്ട് വിജയിച്ചതായും തുടർന്ന് ഭൗതികശാസ്ത്രത്തിന്റെ പ്രമാണവൽക്കരണം ഒരു വെല്ലുവിളിയായി ഏറ്റെടുക്കാൻ ശാസ്ത്രജ്ഞരെ ഉദ്ബോധിപ്പിച്ചതായും നാം കണ്ടു. ഹിൽബർട്ടിന്റെ രണ്ടാമത്തെ പ്രശ്നത്തെ തന്നെ വിശദീകരിച്ച് മൂന്നു ചോദ്യങ്ങൾ ഉയർന്നതായും നാം കണ്ടു; ഇവയിൽ ആദ്യത്തെ രണ്ടെണ്ണം പൂർണതയെക്കുറിച്ചും പരസ്പരാനുയുക്തതയെക്കുറിച്ചുമാണെന്നും.

കുർട്ട് ഗോഡൽ

ഹിൽബർട്ടിന്റെ രീതി ഒരുതരത്തിൽ തികച്ചും യാന്ത്രികമായിരുന്നു. ഗണിതശാസ്ത്ര പദങ്ങൾക്ക് ബാഹ്യമായ എല്ലാ അർഥങ്ങളും നമുക്ക് ഒഴിവാക്കേണ്ടതുണ്ട്. ഉദാഹരണമായി ബിന്ദുക്കൾ, രേഖകൾ പ്രതലങ്ങൾ എന്നീ വാക്കുകൾക്ക് സാമാന്യമായി നാം കൽപ്പിക്കുന്ന അർഥങ്ങൾ സാന്ദർഭികമായി പ്രമാണങ്ങളോ പ്രസ്താവനകളോ മനസിലാക്കുന്നതിന് നമ്മെ സഹായിക്കാമെങ്കിലും അവയെല്ലാം ജ്യാമിതി എന്ന ഗണിതശാസ്ത്ര ശാഖയെ

സംബന്ധിച്ചിടത്തോളം അപ്രസക്തങ്ങളാണ്. അതിനാൽ ബിന്ദുക്കൾ, രേഖകൾ തുടങ്ങിയ വാക്കുകൾ നിർവചിക്കപ്പെടുന്നില്ല. അതിൽ നമുക്കു താൽപ്പര്യവുമില്ല. അവ തമ്മിലുള്ള ബന്ധത്തിലാണ് താൽപ്പര്യം.

ചുരുക്കത്തിൽ പ്രമാണങ്ങളിൽ നിന്നം ബാഹ്യമായ ഒന്നും ഒരു ഗണിതശാസ്ത്ര ശാഖയെ സംബന്ധിച്ചിടത്തോളം പ്രസക്തമല്ല. ഇവയിൽനിന്ന് നിഗമന രീതിയിൽ എത്തപ്പെടുന്ന തത്വങ്ങളിലും പ്രമേയങ്ങളിലുമാണ് നമുക്കു താൽപ്പര്യം. ഇത് തികച്ചും ഔപചാരികമായ ഒരു പ്രക്രിയയാണ്. ഹിൽബർട്ടിന്റെ 'രൂപഭദ്രമായ' (ഫോർമൽ) ഗണിതശാസ്ത്രത്തിന് ഒരു തരത്തിൽ ഒരു കായികവിനോദത്തോടു സാമ്യമുണ്ട്. ഫുട്ബോളായാലും വോളിബോളായാലും ഓരോന്നിനും അതിന്റേതായ നിയമങ്ങളുണ്ട്. ഒന്നിൽ കാലുകൊണ്ടേ അടിക്കാവൂ കൈകൊണ്ടു തൊടരുത്. മറ്റേതിൽ നേരെ വിപരീതവും. ഓരോന്നും ഈ നിയമങ്ങൾ അനുസരിച്ചുവേണം കളിക്കാൻ. അതുപോലെ ഒരുകൂട്ടം പ്രമാണങ്ങൾ തിരഞ്ഞെടുത്താൽ പിന്നീടുള്ളതെല്ലാം അവയെ അടിസ്ഥാനമാക്കിവേണം.

ഇവിടെ പ്രശ്നം പ്രമേയങ്ങൾ എല്ലാം പ്രമാണങ്ങളിൽനിന്ന് യുക്തിപൂർവം എത്തിച്ചേരാവുന്നവയാണോ എന്നതാണ്. ഇത്തരുണത്തിൽ പൂർണത, പരസ്പരാനുയുക്തത എന്നിവ ഏറ്റവും പ്രസക്തമാവുന്നു. പ്രമാണങ്ങൾക്ക് പൂർണതയുണ്ടെങ്കിൽ ശരിയോ തെറ്റോ എന്ന് തെളിയിക്കപ്പെടാത്ത പ്രസ്താവനകൾ ഉണ്ടാവില്ല. ഒരേസമയം ശരിയും തെറ്റുമായ പ്രസ്താവനകളുടെ അസാധ്യതയെ പരസ്പരാനുയുക്തതയും ഉറപ്പു നൽകുന്നു. ഇത്തരം പ്രമാണങ്ങൾക്ക് രൂപംകൊടുക്കുക എന്നത് നിസ്സാര കാര്യമല്ലെന്നത് വ്യക്തമാണല്ലോ? ഇതുവരെ അപൂർണതയോ യുക്തിഭംഗമോ കണ്ടെത്തിയിട്ടില്ല എന്നതുകൊണ്ട് ഭാവിയിൽ അവ ഉയർന്നുവരാനുള്ള സാധ്യതകളെ തള്ളിക്കളയാനുമാവില്ല.

ഈ പ്രശ്നങ്ങൾ ഗോഡൽ ഏറ്റെടുത്തു. വിയന്നയിലായിരിക്കുമ്പോൾ തന്നെ അദ്ദേഹം 1931–ൽ പ്രസിദ്ധീകരിച്ച ഒരു പ്രബന്ധം അന്നുവരെയുണ്ടായിരുന്ന വിശ്വാസങ്ങളെ കീഴ്മേൽ മറിച്ചു. അതിന്റെ പേരുതന്നെ 'അപൂർണതാ പ്രമേയങ്ങൾ' (ഇൻകംപ്ലീറ്റ്നസ് തിയറംസ്) എന്നായിരുന്നു. ചില അസാധ്യതകളുണ്ടെന്ന് അദ്ദേഹം തെളിയിച്ചു. അങ്ങനെ "പൂർണവും, പരസ്പരാനുയുക്തവുമായ, രൂപഭദ്രമായ ഒരു ഗണിതശാസ്ത്രം കണ്ടെത്താൻ കഴിയും" എന്ന ഹിൽബർട്ടിന്റെ വിശ്വാസം തെറ്റാണെന്ന് അദ്ദേഹം തെളിയിച്ചു.

ഗോഡൽ തന്റെ പ്രമേയത്തിന്റെ തെളിവിനായി ഉപയോഗിച്ചത് അങ്കഗണിതവും റസ്സലിന്റേയും വൈറ്റ്ഹെഡിന്റെയും തർക്കശാസ്ത്ര രീതിയുമാണ്. ഏതൊരു പ്രമാണവൽകൃത ശാസ്ത്രശാഖയിലും ശരിയോ തെറ്റോ എന്ന് തീർത്തും തെളിയിക്കാൻ കഴിയാത്ത പ്രമേയങ്ങൾ കാണാമെന്ന് അദ്ദേഹം കണ്ടെത്തി.

കൂടുതൽ വിശദീകരണങ്ങളിലേക്കു കടക്കുന്നില്ല. ഒരു ഉദാഹരണം മാത്രം ചൂണ്ടിക്കാട്ടാം. രണ്ടായിരം വർഷങ്ങൾക്കുശേഷം 'പൂർണം

അതിന്റെ തന്നെ ഒരു ഭാഗത്തേക്കാൾ വലുതാണെന്ന' യൂക്ലിഡിന്റെ പ്രമാണം തിരസ്കരിച്ചു വേണ്ടിവന്നു, കാന്ററിന് അനന്തതയിലേക്ക് മുന്നേറാൻ. എന്നിട്ടോ 'പൂർണങ്ങളേക്കാൾ വലിയ പൂർണങ്ങളുണ്ടെന്നും' കണ്ടെത്തി! ഈ പൂർണതകൾക്കിടയിൽ എന്താണെന്ന ചോദ്യത്തിന് 'അഗാധഗർത്തം' എന്ന ഒരു ഊഹവും!

ഗോഡൽ ചൂണ്ടിക്കാണിച്ചതെന്താണ്? ഒരിക്കലും തെളിയിക്കാൻ കഴിയാത്ത സത്യങ്ങളുണ്ട്! ചില സത്യങ്ങൾ കയ്യെത്താദൂരത്തും കണ്ണെത്താദൂരത്തുമാണ്!

ഗണങ്ങളും ഗണിതശാസ്ത്രവും

കാന്ററുടെ ഗണസിദ്ധാന്തം ഗണിതശാസ്ത്രത്തെക്കുറിച്ച് പുതിയ ഒരു അവബോധം സൃഷ്ടിച്ചു. ബിന്ദുക്കൾ, രേഖകൾ, സംഖ്യകൾ, ക്രിയകൾ, ഏകദങ്ങൾ എല്ലാംതന്നെ ഗണങ്ങളെ അടിസ്ഥാനമാക്കി പഠിക്കാമെന്നുവന്നു. ഇന്നത്തെ വിദ്യാർഥികൾക്ക് ഇതെല്ലാം സുപരിചിതങ്ങളാണെങ്കിലും ആദ്യകാലത്ത് ഇതിനെകുറിച്ചെല്ലാം വിവാദങ്ങൾ ഉയർന്നുവന്നിരുന്നതായി നാം കണ്ടുകഴിഞ്ഞു.

നിലവിലുള്ള ഗണിതശാസ്ത്രത്തെ ഗണങ്ങളുടെ ഭാഷയിലാക്കുക മാത്രമല്ല തുടർന്നുള്ള ഗണിതശാസ്ത്രഭാഷ ഗണങ്ങളുടേതാണെന്നും പറയാം. ഉദാഹരണത്തിന് രണ്ടു പ്രമുഖ ശാഖകൾ മാത്രം നാം ഇവിടെ സ്പർശിച്ചുപോകുന്നു.

മാത്രാ സിദ്ധാന്തം

ഗണിതശാസ്ത്രത്തിന് ഇരുപതാം നൂറ്റാണ്ടിന്റെ ഒരു പ്രമുഖ സംഭാവനയാണ് മാത്രാസിദ്ധാന്തം.

ജ്യാമിതി രൂപങ്ങളെ പഠിക്കുന്നതോടെ അതിന്റെ ഭാഗമായി നീളം, വിസ്തീർണം, വ്യാപ്തം തുടങ്ങിയവയേയും പരിഗണിക്കുന്നുണ്ടല്ലോ? ഇവയെയെല്ലാം ചിട്ടയോടെ സമീപിച്ച് ഗ്രീക്ക് ശാസ്ത്രത്തിന് ജ്യാമിതീയമായ ഒരു അടിത്തറ പാകുന്നതിൽ യൂക്ലിഡ് വിജയിച്ചതായും നമുക്കറിയാം.

ഒരു ഉദാഹരണം പരിഗണിക്കാം. വിസ്തീർണം തന്നെയാകട്ടെ. യൂക്ലിഡ് വിസ്തീർണമെന്തെന്ന് നേരിട്ട് ഒരു നിർവചനം നൽകിയിട്ടില്ല. പകരം അതിന്റെ ചില പ്രത്യേകതകളാണ് അദ്ദേഹം ചൂണ്ടിക്കാട്ടിയത്.

1) തുല്യപ്രതലങ്ങൾക്ക് തുല്യവിസ്തീർണമുണ്ട് (ഇൻവേരിയൻസ്).

2) കുറച്ചു പ്രതലങ്ങൾ ഒന്നിച്ചു ചേർത്തുണ്ടാക്കുന്ന പ്രതലത്തിന്റെ വിസ്തീർണം ഇവയുടെ വിസ്തീർണങ്ങളുടെ തുകയ്ക്കു തുല്യമാണ് (ഫൈനൈറ്റ് അഡിറ്റിവിറ്റി).

3) മറ്റൊരു പ്രതലത്തിന്റെ ഭാഗം മാത്രമായ പ്രതലത്തിന് അതിനേക്കാൾ വിസ്തീർണം കുറവായിരിക്കും.

ഇതിൽ ആദ്യത്തെ രണ്ടുമുപയോഗിച്ച് നമുക്ക് ഏതൊരു ബഹുഭുജത്തിന്റെയും വിസ്തീർണം കാണാം – അതിനെ ത്രികോണങ്ങളായി

ലെബെഗ്

ഭാഗിച്ച്. പക്ഷെ ത്രികോണത്തിന്റെ വിസ്തീർണം കാണുമ്പോൾ ($\frac{1}{2}$ x പാദം x ഉന്നതി) ഏതു വശത്തെ പാദമായി എടുക്കുന്നു എന്നത് പ്രസക്തമല്ലെന്ന് കാണിക്കേണ്ടിയിരിക്കുന്നു.

ഇതെല്ലാം യൂക്ലിഡിന്റെ കൃതിയിൽ ഉണ്ടെങ്കിലും അദ്ദേഹത്തിന്റെ പ്രതിപാദനം യുക്തിഭദ്രതയുടെ കാര്യത്തിൽ അപൂർണമായിരുന്നു. മറഞ്ഞിരിക്കുന്ന പല സങ്കൽപ്പങ്ങളും പത്തൊമ്പതാം നൂറ്റാണ്ടോടെയേ വ്യക്തമായുള്ളൂ.

ബഹുമുഖങ്ങളുടെ വിസ്തീർണം കണ്ടാൽ അടുത്തത് വശങ്ങൾ വക്ര രേഖകളായ രൂപങ്ങളുടെ വിസ്തീർണമാണ്. പരിഗണിക്കേണ്ടത്. ഇതിൽ ഏറ്റവും എളുപ്പം വൃത്തമാണെന്നതും വ്യക്തമാണല്ലോ? യൂഡോക്സസിന്റെ നിഷ്കാസന രീതി ഉപയോഗിച്ച് ആർക്കിമെഡീസ് ഇതു കണ്ടുപിടിച്ചിരുന്നു.

ഇതുതന്നെയാണ് ബെൻഹാർഡ് റീമാൻ സമാകലനത്തിൽ ഉപയോഗിച്ചിട്ടുള്ളതും. y = f(x) എന്ന ഏകദം പരിഗണിക്കുക. $\int_a^b f(x)dx$ എന്ന സമാകലനമെന്നുവച്ചാൽ y = f(x) എന്ന ഏകദത്തിന്റെ ആരേഖത്തിനും നിർദേശാങ്കത്തിനും ഇടക്കുള്ള ക്ഷേത്രത്തിന്റെ വിസ്തീർണമാണ്. ഇവിടെ ലംബത്തിലുള്ള പട്ടകൾ ഉപയോഗിക്കുകയാണെങ്കിൽ അവ ഓരോന്നും ഏകദേശം ദീർഘചതുര ആകൃതിയിലുള്ളവയാണെന്നു കരുതാം. (അടുത്ത പേജിലെ ചിത്രം കാണുക)

എന്നാൽ ഇവിടെ ഒരു താർക്കിക പ്രശ്നമുണ്ട്. പത്തൊമ്പതാം നൂറ്റാണ്ടു വരെ ഒരു പ്രതലം തന്നാൽ അതിന് നിശ്ചിതമായ ഒരു വിസ്തീർണമുണ്ടെന്നു കരുതിയിരുന്നു. അതിനാൽ നിലവിലുള്ള ഈ വിസ്തീർണം കണ്ടെത്തൽ മാത്രമായിരുന്നു പ്രശ്നം. അതിനാൽ സമാകലനമെന്നാൽ നിലവിലുള്ള ഈ വിസ്തീർണം കണ്ടുപിടിക്കാനുള്ള ഒരു മാർഗം മാത്രമാണ്. ഇതിൽ വളരെ പ്രകടമായ മാറ്റം വന്നത് 1823–ൽ എ എൽ കോഷി എന്ന ഗണിതശാസ്ത്രജ്ഞൻ വിസ്തീർണമെന്നാൽ സമാകലനം എന്നു നിർവ

റീമാൻ

ചിച്ചപ്പോഴാണ്. അതോടെ ചോദ്യം മറ്റൊന്നായി – ഏതൊക്കെ പ്രതലങ്ങൾക്കാണ് വിസ്തീർണമുള്ളത് അഥവാ ഏതൊക്കെ ഏകദങ്ങൾക്കാണ് സമാകലനമുള്ളത്.

റീമാന്റെ സമാകലനം വളരെ സാമാന്യമാണ്. ആരേഖം അഖണ്ഡമായിരിക്കണമെന്നില്ല. അവിടെയും ഇവിടെയുമെല്ലാം ചില ചതവുകളോ മുറിവുകളോ ഉണ്ടായാലും വിരോധമില്ല. ഇവയെല്ലാം ഉൾക്കൊള്ളുന്ന ഗണം അളക്കാവുന്നതാകണമെന്നുമാത്രം. ഇത്തരം ഏകദങ്ങളുടെ എണ്ണം കൂടി വന്നതോടുകൂടി ഈ മാത്ര (മെഷർ) എന്ന ആശയത്തിന് കൂടുതൽ വ്യക്തമായ ഒരു നിർവചനം വേണ്ടിവന്നു. സമാകലനം ചെയ്യാവുന്നവയും അളക്കാവുന്ന(മെഷറബിൾ)വയുമായ ഏകദങ്ങളെ വേർതിരിക്കാൻ ഇത് ആവശ്യമായിവന്നു. ഇതിലേക്കാണ് 1902 ൽ ഹെൻറി ലെബെഗ് 'മെഷർ' എന്ന ആശയം രൂപപ്പെടുത്തിയത്.

സാധാരണ വിശ്ലേഷണത്തിൽ പരിഗണിക്കുന്നത് വാസ്തവിക സംഖ്യകളുടേയോ സമ്മിശ്ര സംഖ്യകളുടേയോ ഏകദങ്ങളും അവയുടെ അഖണ്ഡത, കലനം എന്നിവയെല്ലാമാണ്. എന്നാൽ ഇരുപതാം നൂറ്റാണ്ടോടെ ഗണിതശാസ്ത്രത്തെ മുഴുവൻ ഗണസിദ്ധാന്തത്തിന്റെ അടിസ്ഥാനത്തിൽ പുനർ നിർമിക്കേണ്ടിവന്നപ്പോൾ ഇവയുടെയെല്ലാം അടിത്തറ ഗണസിദ്ധാന്തമായി വന്നത് നാം കണ്ടു.

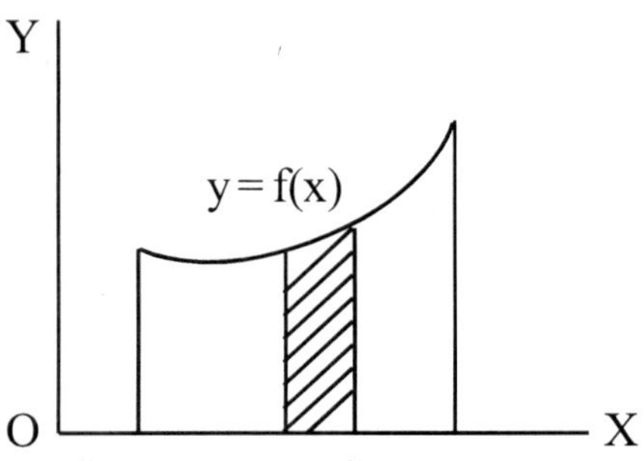

വിശ്ലേഷണത്തിൽ വരുന്ന ഗണങ്ങൾ വാസ്തവിക, സമ്മിശ്രസംഖ്യകളാണല്ലോ? ഇവയുടെ ഗണത്തിന് സാധാരണ അർഥത്തിൽ തന്നെ നമുക്ക് അളവ് നിർവചിക്കാം. എണ്ണം, നീളം, വിസ്തീർണം, വ്യാപ്തി എന്നിവയുടെ അടിസ്ഥാനത്തിൽ. എന്നാൽ ഒരു അമൂർത്തഗണത്തിന്റെ കാര്യത്തിൽ ഇതെങ്ങനെ എന്ന പ്രശ്നമാണ് ലെബെഗ് പരിശോധിച്ചത്. അളക്കാൻ കഴിയുന്ന ഗണങ്ങൾ (മെഷറബിൽ സെറ്റ്) അളക്കാൻ കഴിയുന്ന ഏകദങ്ങൾ അവയുടെ സമാകലനം എന്നിവയെല്ലാം നിർവചിക്കുന്നതിൽ ലെബെഗ് വിജയിച്ചു. ഇതാണ് മാത്രാസിദ്ധാന്തത്തിന് (മെഷർ തിയറി) അടിത്തറ പാകിയത്.

ഏകദീയ വിശ്ലേഷണം

ഒരു ഏകദം അതിന്റെ മണ്ഡലത്തിന്റെ (ഡൊമയിൻ) രൂപാന്തരണത്തിന് കാരണമാകുന്നതായി കണക്കാക്കാം. അഥവാ ഏകദത്തിന്റെ പ്രവർത്തനത്തിന്റെ ഫലമായി മണ്ഡലത്തിൽനിന്ന് ക്ഷേത്രത്തിലേക്കുള്ള (റേഞ്ച്) രൂപാന്തരണം സംഭവിക്കുന്നതായി കണക്കാക്കാം. പത്തൊമ്പതാം നൂറ്റാണ്ടിന്റെ അവസാനത്തോടെ ഒരുകാര്യം വ്യക്തമായി – ഗണിതശാസ്ത്രത്തിന്റെ വിവിധ ശാഖകളിൽ ഏകദങ്ങളുടെ തന്നെ

രൂപാന്തരണം പഠനവിധേയമാകുന്നുണ്ട്. ഏറ്റവും ലളിതമായ ഒരു ഉദാഹരണമാണ് അവകലനം. ഒരു ഏകദത്തിന്റെ അവകലജം (ഡിഫറൻഷ്യൽ കോയിഫിഷ്യന്റ്) മറ്റൊരു ഏകദമാണ്. ഇതുതന്നെയാണ് സമാകലനത്തിലും സംഭവിക്കുന്നത്.

വിവിധ ശാഖകളിൽ പരിഗണിക്കേണ്ടിവരുന്ന ഏകദങ്ങൾക്ക് അവയുടെ രൂപത്തിലും സ്വഭാവത്തിലും സമാനതകളൊന്നും ഉണ്ടായിരിക്കണമെന്നില്ല. ചിലവ വളരെ ലളിതമായ രേഖീയ ഏകദങ്ങളാണെങ്കിൽ മറ്റു ചിലവ വളരെ ജഡിലങ്ങളായിരിക്കാം.

നമുക്ക് ഒരു ഉദാഹരണം പരിശോധിക്കാം.

$$\frac{d^2y}{dx^2}+p(x)\frac{dy}{dx}+q(x)y=0$$

എന്നത് ഒരു രേഖീയ അവകലന സമീകരണം (ലീനിയർ ഡിഫറൻഷ്യൽ ഇക്വേഷൻ) ആണ്. ഇവിടെ y എന്നത് x എന്ന രാശിയുടെ ഒരു ഏകദമാണ്. p(x), q(x) എന്നിവ അറിയാവുന്ന ഏകദങ്ങളുമാണ്. ഇതിന്റെ നിർധാരണമെന്നാൽ ഈ സമവാക്യം സത്യമായിരിക്കുന്ന y(x) എന്ന ഏകദം കണ്ടുപിടിക്കലാണ്.

ഈ സമീകരണത്തെ നമുക്ക്

$$\left[\frac{d^2}{dx^2}+p(x)\frac{d}{dx}+q(x)\right]y=0 \quad \text{അഥവാ} \quad L(y)=0$$

എന്നെഴുതാം.

ഇവിടെ $L=\frac{d^2}{dx^2}+p(x)\frac{d}{dx}+q(x)$ എന്നത് ഒരു അവകലനസംകാരകം (ഡിഫറൻഷ്യൽ ഓപ്പറേറ്റർ) ആണ്.

ഇപ്പോൾ തന്നിട്ടുള്ള സമീകരണത്തിന്റെ നിർദ്ധാരണമെന്നാൽ L എന്ന സംകാരകം കൊണ്ടു ക്രിയ ചെയ്യുമ്പോൾ 0 ലഭിക്കുന്ന ഒരു ഏകദം കണ്ടെത്തുക എന്ന അർഥമാകുന്നു – xന്റെ വിവിധ ഏകദങ്ങളിൽനിന്ന് ഇത്തരം ഏകദങ്ങളെ തിരഞ്ഞെടുക്കുക എന്നർഥം. ഇതുപോലെതന്നെയാണ് സമാകലന സമീകരണവും (ഇന്റഗ്രൽ ഇക്വേഷൻ).

ഇനി നമുക്ക് L എന്ന സംകാരകം പരിശോധിക്കാം. ഇതിൽ ഉള്ള p(x), q(x) എന്നിവപോലെ L തന്നെ ഒരു ഏകദമാണ്. y എന്ന ഏകദത്തെ അത് Ly എന്ന ഏകദത്തിലേക്ക് രൂപാന്തരണം ചെയ്യുന്നു.

ഇത്തരം വിവിധ സംകാരകങ്ങളെ ഒരേ അമൂർത്ത ഘടനയിലേക്ക് ഒതുക്കുവാനുള്ള ശ്രമമാണ് ഏകദീയ വിശ്ലേഷണം (ഫങ്ഷണൽ അനാലിസിസ്) എന്ന ഗണിതശാസ്ത്രശാഖയുടെ പിറവിയിലേക്കു നയിച്ചത്.

ഇവിടെ സംകാരകങ്ങൾ പ്രവർത്തിക്കുന്നത് ഏകദങ്ങളിന്മേലാണല്ലോ? ഇത്തരം ഏകദങ്ങളേയും ഒരു സമഷ്ടിയിലെ അംഗങ്ങൾ അഥവാ ബിന്ദുക്കളായി കരുതാം. അപ്പോൾ സംകാരകങ്ങൾ ഈ സമ

ഷ്ടിയിലെ ബിന്ദുക്കളെ ബിന്ദുക്കളിലേക്ക് ചിത്രണം ചെയ്യുന്നു. ഒരുതരത്തിൽ ഇത് സ്ഥാനാന്തരണം (ട്രാൻസ്‌ലേഷൻ) അക്ഷങ്ങളുടെ ഭ്രമണം (റൊട്ടേഷൻ) തുടങ്ങിയ രൂപാന്തരണങ്ങളുടെ ഒരു സാമാന്യരൂപമാണ്.

ഇവയിൽ ചില സംകാരകങ്ങൾ ഏകദങ്ങളെ വാസ്തവിക സംഖ്യകളുടേയോ സമ്മിശ്ര സംഖ്യകളുടേയോ സമഷ്ടിയിലേക്കാണ് ചിത്രണം ചെയ്യുന്നത്. ഇവയെ ഫങ്ഷണൽസ് എന്നുപറയുന്നു. ഏകദങ്ങളെ ഏകദങ്ങളിലേക്കുതന്നെ സമീകരണം ചെയ്യുന്നവയെ ഓപ്പറേറ്ററുകൾ എന്നും. അതിനാൽ പോൾ പി ലെവി (1886–1971) നിർദേശിച്ച ഫങ്ഷണൽ അനാലിസിസ് എന്ന പേരിന് അർഥപരിമിതി വന്നിട്ടുണ്ട്. അതിനാൽതന്നെ ഓപ്പറേറ്റർ തിയറി എന്ന സാമാന്യനാമം ഇന്ന് കൂടുതൽ അനുയോജ്യമാണ്.

ഈ ഗണിതശാസ്ത്രശാഖയുടെ പിറവിക്കും തുടർന്നുള്ള സംഭാവനകളിലും ഏറ്റവും പ്രമുഖ പങ്കുവഹിച്ചിട്ടുള്ളത് നേരത്തെ പരാമർശിച്ചിട്ടുള്ള ഹിൽബർട്ട് തന്നെയാണ്. മറ്റൊരു പ്രമുഖ ഗണിതശാസ്ത്രജ്ഞനാണ് ബാനക്ക്. ക്വാണ്ടം ബലതന്ത്രം തുടങ്ങി ഭൗതികശാസ്ത്രത്തിന്റെയും രസതന്ത്രത്തിന്റെയും ഗവേഷണങ്ങളിൽ ഈ ശാഖ വളരെ പ്രമുഖ പങ്കാണ് വഹിക്കുന്നത്. ശുദ്ധ ഗണിതശാസ്ത്രശാഖ ആണെങ്കിലും പ്രയുക്ത ഗണിതത്തിന്റെയും മേഖലകളിൽ ഇതിന് ഒരു പ്രധാന പങ്കുണ്ട്. മറിച്ച് ഈ ശാസ്ത്രശാഖകളെല്ലാം ഓപ്പറേറ്റർ തിയറിയുടെ മുന്നേറ്റത്തിലും കാര്യമായ പങ്കു വഹിച്ചിട്ടുണ്ട്.

ഈ ശാസ്ത്രശാഖയിലെ ഹിൽബർട്ട് സ്പേസ് അനന്തമാനങ്ങളുള്ള (ഇൻഫിനിറ്റ് ഡൈമെൻഷൻസ്) സമഷ്ടിയുടെ ഒരു ഉദാഹരണമാണ്. അതിനാൽ ഇത്തരം ഒരു സമഷ്ടിയുടെ സാധ്യതയെ അല്ലെങ്കിൽ ആവശ്യകതയെ നമുക്ക് പിശോധിക്കാം.

അനന്തമാനങ്ങളുള്ള സമഷ്ടി

തിരശ്ചീനമായി വലിച്ചു കെട്ടിയ അവഗണിക്കാവുന്ന ഭാരമുള്ള ഒരു കമ്പിയിൽ ഒരു ബിന്ദുവിൽ ഒരു ഭാരം കൊളുത്തിയിട്ടിരിക്കുന്നെന്നു കരുതുക. അത് ചെറുതായൊന്ന് താഴോട്ടു വലിച്ചുവിടുക. കമ്പി കമ്പനം ചെയ്തു തുടങ്ങുന്നു. ഇവിടെ കമ്പിക്കു പകരം ഭാരത്തിന്റെ ചലനം മാത്രമാണ് പരിഗണിക്കുന്നതെന്നിരിക്കട്ടെ. ഇത് മുകളിലോട്ടും താഴോട്ടുമുള്ള കേവലം രേഖീയമായ കമ്പനം മാത്രമായിരിക്കുമല്ലോ? ചുരുക്കത്തിൽ ഒരു നിശ്ചിത നിമിഷത്തിൽ അതിന്റെ സ്ഥാനം കുറിക്കാൻ ഒരു രാശി മാത്രമേ ആവശ്യമുള്ളു. തുടക്കത്തിലെ തിരശ്ചീന വിതാനത്തിൽ നിന്നുള്ള വിസ്ഥാപനത്തെ (ഡിസ്‌പ്ലേസ്‌മെന്റ്) കുറിക്കുന്ന മാത്ര (y).

ഇനി ഈ കമ്പിയിൽ ഒന്നിനു പകരം n എണ്ണം ഭാരങ്ങൾ കൊളുത്തിയിട്ടുണ്ടെന്നു കരുതുക. ഇവയുടെ മൊത്തം കമ്പനം കണക്കാക്കുക. ഒരു നിശ്ചിത നിമിഷത്തിൽ ഇവയുടെ സ്ഥാനം $y_1, y_2.....y_n$ എന്നിങ്ങനെ n രാശികൾകൊണ്ട് രേഖപ്പെടുത്താം. ഭാരങ്ങൾ കൊളുത്തിയിട്ടുള്ള ബി

ന്ദുക്കളെ x എന്ന ചരം കൊണ്ടു സൂചിപ്പിക്കുന്നു എന്നുമിരിക്കട്ടെ. അങ്ങനെ $x_1, x_2.....x_n$ എന്നിങ്ങനെ നമുക്ക് n രാശികൾ ലഭിക്കുന്നു. ഇതിനെ നമുക്ക് n മാനങ്ങളുള്ള ഒരു സമഷ്ടിയിലെ $(x_1, x_2.....x_n)$ എന്ന ഒരു ബിന്ദുവായി കണക്കാക്കാം. അപ്പോൾ കമ്പിയുടെ ചലനമെന്നാൽ ഈ ബിന്ദുവിന്റെ ചലനവും. ഇതാകട്ടെ $(y_1, y_2...y_n)$ എന്ന സദിശവും.

ഒരു പടികൂടി കടന്ന് നമുക്ക് കമ്പിയിൽ ഭാരം കൊളുത്തിയിട്ടിരിക്കുന്നതിനു പകരം കമ്പിതന്നെ ഭാരമുള്ളതായി കണക്കാക്കാം. മാത്രമല്ല ഇത് ഏകസമാനമാണെന്നും (യൂണിഫോം) കരുതുക. ഇപ്പോൾ നമുക്ക് കമ്പിയുടെ ചലനത്തിനുപകരം കമ്പി നിർമിച്ച ഒന്നിനോടൊന്നു ചേർത്തുവച്ച തുല്യഭാരങ്ങളുടെ ചലനമാണ് കണക്കാക്കാനുള്ളത്. ഒരു നിശ്ചിത അവസരത്തിൽ കമ്പിയുടെ രൂപം ഒരു നിഷ്കോണവക്രം (സ്മൂത്ത് കർവ്) ആയിരിക്കുമല്ലോ? ഇതിനെ നമുക്ക് ചിത്രത്തിൽ കാണിച്ചിരിക്കുന്നപോലെ സങ്കൽപ്പിക്കാം? അതായത് $y=f(x)$ എന്ന ഒരു ഏകദത്തിന്റെ രൂപത്തിൽ.

നമുക്കു കിട്ടിയ ചിത്രമെന്താണ്? മുമ്പു സങ്കൽപ്പിച്ച ഭാരങ്ങളുടെ എണ്ണം സീമാതീതമായി വർധിച്ചു എന്നു മാത്രം. അതായത് ഭാരങ്ങളുടെ എണ്ണം അനന്തമാണ്. n ഭാരങ്ങളുടെ ഒരു അവസരത്തിലെ സ്ഥാനം n മാനങ്ങളുള്ള ഒരു സമഷ്ടിയിലെ ഒരു ബിന്ദു (സദിശം) ആയപോലെ ഇവിടെ ഭാരങ്ങളുടെ എണ്ണം അനന്തമായതിനാൽ അവയുടെ ഒരവസര

ത്തിലെ സ്ഥാനങ്ങളെ (കമ്പിയുടെ രൂപത്തെ) അനന്തമാനങ്ങളുള്ള ഒരു സമഷ്ടിയിലെ ഒരു ബിന്ദുവായി കണക്കാക്കാം!

ഗണിതശാസ്ത്ര മത്സരങ്ങളും പുരസ്കാരങ്ങളും

പ്രശ്നങ്ങൾ ഗണിതശാസ്ത്രത്തിന്റെ (ഏതൊരു ശാസ്ത്രത്തിന്റെയും) പ്രാണവായുവാണ്. അവ അതിന്റെ നാഡിമിടിപ്പ് നിലനിർത്തുന്നു. ഒരു പ്രശ്നം ഒരുപക്ഷേ പ്രായോഗികമായി പ്രാധാന്യമുള്ളതായിരിക്കാം. അതല്ലെങ്കിൽ അതിന്റെ ജടിലതകൊണ്ടുമാത്രം ആകർഷകവുമാവാം. നല്ലൊരു പ്രശ്നമെന്നാൽ നിലവിലുള്ള അറിവിന്റെ സഹായം കൊണ്ടുമാത്രം ഉത്തരം കണ്ടെത്താൻ സാധിക്കാത്തതും അതിനാൽതന്നെ പുതിയ അറിവുകൾ തേടാൻ ഉത്തേജിപ്പിക്കുന്നവയുമാണ്.

ഇവയ്ക്കുദാഹരണങ്ങളാണ് ഐതിഹാസികങ്ങളായ മൂന്ന് ഗ്രീക്കു പ്രശ്നങ്ങൾ – ഒരു ഘനരൂപത്തിന്റെ ഇരട്ടി വലുപ്പമുള്ള മറ്റൊരു ഘനരൂപമുണ്ടാക്കൽ, ഒരു കോണിനെ മൂന്നു സമഭാഗങ്ങളാക്കൽ, ഒരു വൃത്തത്തിന് തുല്യവിസ്തീർണമുള്ള സമചതുരമുണ്ടാക്കൽ എന്നിവ. മുമ്പു പരാമർശിച്ചിട്ടുള്ള ഈ പ്രശ്നങ്ങൾ ആർക്കിമെഡീസ് തുടങ്ങിയവർ കൈവെച്ചിട്ടുള്ളവയാണ്. നൂറ്റാണ്ടുകളുടെ ഗവേഷണംകൊണ്ട് ആർജിച്ച വിജ്ഞാനം വേണ്ടിവന്നു ഇവയ്ക്കോരോന്നിനും ഉത്തരം കണ്ടെത്താൻ. അതിനാൽതന്നെ ഗവേഷണങ്ങളുടെ ദിശ നിർണയിക്കുന്നതിലും ഇവ പങ്കുവഹിച്ചിട്ടുണ്ട്.

ആദ്യകാലങ്ങളിൽ ഇവ ഗണിതശാസ്ത്രജ്ഞരുടെ മാത്രമല്ല, പൊതുജനശ്രദ്ധ പോലും പിടിച്ചു പറ്റിയിട്ടുണ്ട്. സോക്രട്ടീസ് ഒരു അടിമബാലനോട് ചോദ്യങ്ങൾ ചോദിച്ച് ഒരു സമചതുരത്തിന്റെ ഇരട്ടി വലുപ്പമുള്ള മറ്റൊരു സമചതുരം വരയ്ക്കുന്നതിനെക്കുറിച്ച് അവന്റെ ഉള്ളിലുള്ള അറിവിനെ ത്രസിപ്പിച്ചതായി പ്ലേറ്റോ രേഖപ്പെടുത്തിയിട്ടുണ്ട്. മൂന്നാമത്തെ പ്രശ്നം അസാധ്യം എന്ന അർഥമുള്ള ഒരു ഭാഷാപ്രയോഗംതന്നെ ആയിട്ടുണ്ട്. അരിസ്റ്റോഫാനസിന്റെ ഒരു നാടകത്തിലെ ഹാസ്യനടൻ ഈ പ്രശ്നത്തിന് പരിഹാരം കണ്ടെത്തിയതായി പറഞ്ഞ് കാണികളെ ചിരിപ്പിച്ചിട്ടുണ്ടത്രെ!

ഇവയ്ക്കെല്ലാം ഏകദേശം ശരിയായ പ്രായോഗിക, എഞ്ചിനീയറിംഗ്, ഉത്തരങ്ങൾ കണ്ടെത്താമെങ്കിലും ഗണിതശാസ്ത്രത്തിന്റെ നിഷ്കൃഷ്ടതയോടെയുള്ള ഉത്തരങ്ങൾ ആവശ്യപ്പെട്ടിരുന്നു എന്നത് ഗ്രീക്ക് മനസിന്റെ ശാസ്ത്രാവബോധം വിളിച്ചോതുന്നു.

ഇത്തരം പ്രശ്നങ്ങൾക്ക് മാത്രമല്ല, ഗണിതശാസ്ത്ര പുരസ്കാരങ്ങൾക്കും നീണ്ട ചരിത്രമുണ്ട്. അതിന്റെ വിശദാംശങ്ങളിലേക്ക് കടക്കുവാൻ ഉദ്ദേശിക്കുന്നില്ല. ചരിത്രത്തിൽ അറിയപ്പെടുന്ന ആദ്യത്തെ പുരസ്കാരം മുപ്പത് ത്രിമാനാഘാത സമീകരണങ്ങൾ നിർദ്ധാരണം ചെയ്യാൻ അന്റോണിയോ ഫിയോർ ടാർടാഗ്ലിയയെ വെല്ലുവിളിച്ചതാണ്. സുഹൃത്തുക്കൾക്കടക്കം മുപ്പത് അത്താഴങ്ങളായിരുന്നു സമ്മാനം! ഇത്തരത്തിൽ സുഹൃത്തുക്കളെ വെല്ലുവിളിക്കുന്ന രീതി തുടർന്നുകൊണ്ടേയിരുന്നു. തുടർന്നുള്ള പ്രസിദ്ധമായ ഒരു മത്സരമാണ് ഭൂഗുരുത്വാകർഷണത്തിനു വിധേയമായി ഒരേ ലംബത്തിലല്ലാത്ത രണ്ടു ബിന്ദുക്കളിൽ മുകളിലത്തേതിൽ നിന്ന് താഴത്തേതിൽ ഏറ്റവും കുറഞ്ഞ സമയംകൊണ്ട് എത്തിച്ചേരാവുന്ന വക്രരേഖ കണ്ടുപിടിക്കുക എന്നത്. ബ്രാക്കിസ്റ്റോക്കോൺ പ്രശ്നം എന്ന് അറിയപ്പെടുന്ന ഈ പ്രശ്നം 1697-ൽ ഉന്നയിച്ചത് യോഹാൻ ബർണോളിയാണ്. (മനസിലാക്കാൻ ഏറ്റവും നല്ല ഉദാഹരണമാണ് പാർക്കുകളിൽ കുട്ടികൾക്ക് ഉരസിയിറങ്ങാൻ ഉണ്ടാക്കുന്ന ഭിത്തി) മത്സരത്തിന്റെ സുതാര്യത നിലനിർത്തുന്നതിനായി മത്സരാർഥികളുടെ പേരുകൾ വിധികർത്താക്കളിൽ നിന്ന് ഒളിച്ചുവയ്ക്കാറുണ്ട്. എന്നാൽ ന്യൂട്ടന്റെ ഉത്തരം വേർതിരിച്ചറിയാൻ ബർണോളിക്ക് ശ്രമപ്പെ

ടേണ്ടിവന്നില്ല. സിംഹത്തെ അതിന്റെ നഖത്തിന്റെ അറ്റത്തിൽനിന്ന് തിരിച്ചറിയാമെന്നാണ് ഇതിനെക്കുറിച്ച് അദ്ദേഹം പറഞ്ഞത്.

പതിനെട്ടാം നൂറ്റാണ്ടിൽ വിവിധ ഗവേഷണ അക്കാദമികൾ ഉയർന്നുവന്നതായി നാം കണ്ടു. പ്രമുഖ ഗവേഷകർക്ക് ഒത്തുകൂടാനും ഗവേഷണത്തിന്റെ ആരംഭ ദശയിലുള്ളവർക്ക് പ്രഗത്ഭരുടെ സഹായം നേടാനുമെല്ലാം ഇവ ഉപകരിച്ചു വന്നു. ഗവേഷണങ്ങളെ പ്രോത്സാഹിപ്പിക്കാനായി ഈ അക്കാദമികൾ സമ്മാനങ്ങൾക്കർഹനാകാനുള്ള ചോദ്യങ്ങൾ പ്രസിദ്ധീകരിക്കാനും ആരംഭിച്ചു. ചോദ്യം ഉന്നയിച്ച് ഉത്തരം കണ്ടെത്തുന്നതിന് ഒരു നിശ്ചിത സമയം (സാധാരണയായി ഒന്നര-രണ്ടു വർഷം വരെ) നൽകുന്നു. ഒരു കീർത്തിമുദ്രയോ തുകയോ സമ്മാനമായും പ്രഖ്യാപിക്കുന്നു. സമ്മാനാർഹമായ ഉപന്യാസങ്ങൾ അക്കാദമികൾ പ്രസിദ്ധീകരിക്കുന്നു. ഇവ ഗവേഷണങ്ങളുടെ നിലവാരം ഉയർത്താൻ മാത്രമല്ല അവയെ സാർവത്രികമാക്കാനും വിവിധ ഗവേഷണ ശാഖകളുടെ ഏകീകരണത്തിനും സഹായിച്ചുപോന്നു.

ആദ്യത്തെ ഇത്തരം സമ്മാനം പാരീസ് അക്കാദമിയിൽ 1714 ൽ ആരംഭിച്ചതാണ്. കൗണ്ട് ജീൻ റുവല്ലെ ദെ മെസ്സി എന്ന ധനികനായ ഒരു വക്കീൽ ഇതിനായി വലിയ ഒരു തുക തന്റെ മരണപത്രം വഴി നീക്കിവെച്ചു. ഇതിനോടു മത്സരിച്ച് ബർളിൻ അക്കാദമിയും മത്സരത്തിനുള്ള പ്രശ്നങ്ങൾ പ്രഖ്യാപിക്കാൻ തുടങ്ങി. 1746 ൽ ദി ആലംബർട്ടിന് സമ്മാനം ലഭിച്ച ലേഖനത്തിലാണ് ആംശിക അവകലന സമീകരണം (പാർഷ്യൽ ഡിഫറൻഷ്യൽ ഇക്വേഷൻ) ഒരു ഭൗതിക ശാസ്ത്രപ്രശ്നത്തിന് ഉപയോഗിച്ചതും തരംഗത്തെ പ്രതിനിധാനം ചെയ്യുന്ന സമീകരണം പ്രത്യക്ഷപ്പെട്ടതും.

അക്കാദമികൾ തമ്മിൽ തികച്ചും ആരോഗ്യകരമായ മത്സരമാണ് നിലനിർത്തിപോരുന്നത്. അതിനാൽ ഒരേ വ്യക്തികൾ തന്നെ ഒന്നിലേറെ അക്കാദമികളിൽ അംഗങ്ങളാവാറുണ്ട്. ഓയ്‌ലർ വിവിധ അക്കാദമികളിൽ നിന്നായി പന്ത്രണ്ടോളം സമ്മാനങ്ങൾ നേടിയിട്ടുണ്ട്.

സമ്മാനങ്ങൾ തുടങ്ങിയതോടൊപ്പം വിവാദങ്ങളും ഉയർന്നു വന്നു തുടങ്ങിയിരുന്നു. ദ്രവബലതന്ത്രത്തിൽ തന്റെ ഒരു പ്രബന്ധത്തിന് ബർലിൻ അക്കാദമി സമ്മാനം നൽകാതിരുന്നത് ചിലരുടെ ഉപജാപങ്ങളുടെ ഫലമാണെന്ന് ദിആലംബർട്ട് ആരോപിക്കുകയുണ്ടായിട്ടുണ്ട്. പിന്നീട് അദ്ദേഹം സ്വന്തം ചെലവിൽ പ്രസിദ്ധീകരിച്ച ഇതിലാണ് അദ്ദേഹത്തിന്റെ പേരിൽ അറിയപ്പെടുന്ന വിരോധാഭാസം (ദി ആലംബർട്ട് പാരഡോക്സ്) മുന്നോട്ടുവെച്ചത്. (ചില പ്രത്യേക സാഹചര്യത്തിൽ ഒരു ദ്രവത്തിൽ ചലിക്കുന്ന ഒരു വസ്തു യാതൊരു ബലവും അനുഭവപ്പെടുന്നില്ല എന്ന് ഇതിനെ ഏറ്റവും ലളിതവൽക്കരിക്കാം!) ഇരുപതാം നൂറ്റാണ്ടിന്റെ ആരംഭത്തിൽ പ്രാന്റിൽ ആണ് ഈ വിരോധാഭാസത്തിന് ഒരു പ്രതിവിധി കണ്ടത്.

ഓയ്‌ലർ സ്ഥാപിച്ച സെന്റ് പീറ്റേഴ്സ് ബർഗ് അക്കാദമിയുടെ സമ്മാനത്തിനുള്ള ക്ലൈറൊട്ടിന്റെ ഗവേഷണത്തോടെയാണ് ന്യൂട്ടന്റെ പ്രതി

ലോമ വർഗനിയമം (ഇൻവേഴ്സ് സ്ക്വയർ ലോ) അവസാനമായി അംഗീകാരം നേടിയത്. ഈ മത്സരത്തിൽ തന്നെയാണത്രെ 1759 ലെ ഹാലിയുടെ വാൽനക്ഷത്രത്തിന്റെ വരവ് പ്രവചിച്ചതും. വിവിധ സമ്മാനങ്ങളുടെ പ്രഖ്യാപനം ഇത്തരം പ്രമുഖ ഗവേഷണങ്ങൾക്കും ഉത്തേജനം നൽകിയിട്ടുണ്ട്. നേരത്തേപറഞ്ഞ ബ്രാക്കിസ്റ്റോക്രോൺ പ്രശ്നം. 'വിചരണകലനം' (കാൽക്കുലസ് ഓഫ് വേരിയേഷൻ) എന്ന ഗണിതശാസ്ത്രശാഖക്ക് ജന്മം നൽകുന്നതിൽ പ്രമുഖ പങ്കുവഹിച്ചിട്ടുണ്ട്. ഇതാകട്ടെ പിന്നീട് ഏകദീയവിശ്ലേഷണത്തിനും.

പത്തൊമ്പതാം നൂറ്റാണ്ടിലെ മത്സരങ്ങളിൽ എടുത്തു പറയേണ്ട ഒന്നാണ് ഫ്രഞ്ച് വിപ്ലവത്തിനുശേഷം 1809 ൽ നെപ്പോളിയൻ പ്രഖ്യാപിച്ച ഇലാസ്റ്റികതയുമായി ബന്ധപ്പെട്ട സമ്മാനം. ഇതു നേടിയതാകട്ടെ സോഫി ജർമേൻ എന്ന ഒരു വനിതയായിരുന്നു. സ്ത്രീകൾക്ക് ശാസ്ത്രലോകത്തേക്ക് പ്രവേശനം നിഷേധിച്ചിരുന്ന കാലത്ത് പുരുഷനാമം സ്വീകരിച്ച് ദ്രോണാചാര്യരെ മനസാ ഗുരുവായി വരിച്ച ഏകലവ്യനെപോലെ കാൾ ഗൗസിനെ തന്റെ ഗുരുവായി സ്വീകരിച്ച ഒരു ഫ്രഞ്ചു വനിതയായിരുന്നു അവർ. ഏകലവ്യന്റെ പോലെ തന്റെ പെരുവിരൽ നഷ്ടപ്പെടുന്നതിനുപകരം, ഗൗസ് അവരെ കൈപിടിച്ച് ഗവേഷണ രംഗത്തേക്ക് ആനയിക്കയാണ് ഉണ്ടായത്. ഫെർമയുടെ പ്രമേയം ആദ്യമായി സമ്മാനപ്രശ്നമായി പ്രഖ്യാപിച്ചതും പാരീസായിരുന്നു – 1815 ൽ. ജർമേൻ മാത്രമാണ് അന്ന് ആ പ്രശ്നത്തിന്മേൽ കൈവയ്ക്കാൻ ധൈര്യം കാണിച്ചത്. എന്നാൽ അവഹേളനങ്ങൾ അവരെ നിരുത്സാഹപ്പെടുത്തുകയാണുണ്ടായത്. 1815 ൽ തരംഗപ്രക്ഷേപങ്ങളുടെ പഠനത്തിൽ ഫൂറിയറിന്റെ പേരിലുള്ള ശ്രേണി കോഷി ആദ്യമായി പ്രയോഗിച്ചതും 1830 ൽ ദീർഘവൃത്തീയ ഏകദങ്ങളുടെ (എലിപ്റ്റിക് ഫങ്ഷൻസ്)ന്റെ പഠനത്തിന് യാക്കോബിയും ആബേലും (മരണാനന്തര ബഹുമതി) സമ്മാനം പങ്കിട്ടതും ചരിത്രത്തിൽ സ്ഥാനം നേടിയ സംഭവങ്ങളാണ്. എടുത്തുപറയേണ്ടുന്ന ഒരു ചരിത്ര സംഭവമാണ് സോഫിയ കോവാലസ്കായ എന്ന ഗണിതശാസ്ത്രജ്ഞ ഖരവസ്തുക്കളുടെ ചലനത്തിന്റെ പഠനത്തിന് 'ബോർഡിൻ' സമ്മാനം നേടിയത്. ഇവരുടെ പ്രബന്ധം പിന്നീട് സ്പീനിഷ് രാജാവിന്റെ (ഓസ്കാർ II) സമ്മാനവും നേടുകയുണ്ടായി. പത്തൊമ്പതാം നൂറ്റാണ്ടിന്റെ മധ്യത്തോടെ പാരീസ് അക്കാദമിയുമായി ബന്ധപ്പെട്ട് പതിമൂന്നോളം മത്സരങ്ങളുണ്ടായിരുന്നു. 1870–71 ഫ്രഞ്ച്-പ്രഷ്യൻ യുദ്ധത്തിൽ ഫ്രാൻസ് പരാജയപ്പെട്ടതോടെ ഇവയുടെ എണ്ണംകൂടി. കാരണം ഗവേഷണത്തിലെ നിലവാര തകർച്ചയാണ് പരാജയകാരണമെന്ന തിരിച്ചറിവുതന്നെ. ഇതോടെ സമ്മാനങ്ങളെ സാമ്പത്തികമായി കൂടുതൽ ആകർഷകവുമാക്കി!

ഇത്തരം സമ്മാനങ്ങൾക്കെല്ലാം ചില ദോഷവശങ്ങളുമുണ്ടായിരുന്നു. പലപ്പോഴും ഏതെങ്കിലും ഒരാളെ മുന്നിൽ കണ്ട് അദ്ദേഹം ഗവേഷണം ചെയ്യുന്ന പ്രശ്നങ്ങൾ മത്സരത്തിനു കൊടുത്തുകൊണ്ടിരുന്നു. ഇത് അനാ

വശ്യ വിവാദങ്ങൾക്ക് ഇടയാക്കി. മറ്റു ചിലപ്പോൾ പ്രശ്നത്തിന്റെ സങ്കീർണതമൂലം ആരും മത്സരിക്കാനുണ്ടാവില്ല – ഫെർമയുടെ പ്രമേയത്തിന്റെ കാര്യം മുമ്പു പറഞ്ഞിട്ടുണ്ടല്ലോ!

വോൾഫ് സമ്മാനം

പോൾ വോൾഫൽ ഒരു ജൂത ധനികബാങ്കിങ് കുടുംബത്തിലെ അംഗമായിരുന്നു. വൈദ്യശാസ്ത്ര ബിരുദധാരിയായിരുന്ന അദ്ദേഹം അസുഖം മൂലം ജോലി തുടരാൻ സാധിക്കാത്ത നിലവന്നു. അതിനാൽ ഗണിതശാസ്ത്രത്തിലേക്കു തിരിഞ്ഞു. 1906 ൽ തന്റെ മരണപത്രത്തിൽ ഫെർമയുടെ പ്രമേയം ഒരു നൂറ്റാണ്ടിനുള്ളിൽ തെളിയിക്കുന്ന ഗണിതശാസ്ത്രജ്ഞന് സമ്മാനം നൽകാൻ വലിയ ഒരു സംഖ്യ നീക്കിവെച്ചു. 1997–ൽ ആൻഡ്രൂവൈൽസ് ഈ സമ്മാനം നേടിയപ്പോൾ തുക 75,000 ഡി എം ആയിരുന്നു. (1908–ൽ ആണ് സമ്മാനം പ്രഖ്യാപിച്ചത്. മത്സരത്തിനുള്ള സമയപരിധി 2007 സെപ്തംബർ 13 ആയിരുന്നു. തുക സ്വർണമായി നിക്ഷേപിച്ചിരിക്കയായിരുന്നെങ്കിൽ പതിനാലു ലക്ഷം ഡോളർ വരുമായിരുന്നു).

ഹിൽബർട്ട് പ്രശ്നങ്ങൾ സമ്മാന പദ്ധതിയായി പ്രഖ്യാപിച്ചിരുന്നവയായിരുന്നില്ലെങ്കിലും ഫീൽഡ്സ് മെഡൽ തുടങ്ങിയ പ്രധാന സമ്മാനങ്ങൾക്ക് ഇവയുടെ നിർധാരണമാണ് പ്രധാനമായും പരിഗണിക്കാറ്. പ്രശ്നങ്ങളുടെ ഗൗരവം തന്നെ കാരണം ഫീൽഡ്സ് മെഡൽ തുടങ്ങിയവയെക്കുറിച്ച് ശ്രീ. പള്ളിയറ ശ്രീധരന്റെ ഗ്രന്ഥത്തിൽ പ്രതിപാദിച്ചിട്ടുള്ളതിനാൽ ഇവിടെ ആവർത്തിക്കുന്നില്ല.

ഹിൽബർട്ടിന്റെ പ്രശ്നങ്ങളിൽ പലതിനും കഴിഞ്ഞ നൂറ്റാണ്ടിൽ ഉത്തരം കണ്ടെത്താൻ കഴിഞ്ഞിട്ടുണ്ട്. ഇതിൽപ്പെട്ട പോയിൻകാറെയുടെ പേരിലുള്ള അനുമാനം (പോയിൻകാറെ കൺചക്ചർ) ഈ നൂറ്റാണ്ടിൽ റഷ്യക്കാരനായ ഗ്രിഗറി പെരൽമാൻ (2004) തെളിയിക്കയുണ്ടായി. മാത്രമല്ല 2006–ൽ സ്പെയിനിൽ വെച്ചു നടന്ന അന്താരാഷ്ട്ര സമ്മേളനത്തിൽ പങ്കെടുക്കുകപോലും ചെയ്യാതെ അദ്ദേഹം സമ്മാനം വാങ്ങാൻ വിസമ്മതിക്കയാണുണ്ടായത്.

ആബേലിന്റെ പേരിലുള്ള സമ്മാനം 2007–ൽ ഭാരതീയനായ ശ്രീനിവാസ എസ് ആർ വരദനാണ് അർഹനായത് – സംഭാവ്യതാ സിദ്ധാന്തത്തിന്.

പ്രത്യക്ഷത്തിൽ വളരെ ലളിതമെന്നു തോന്നാവുന്ന എത്രയോ പ്രശ്നങ്ങൾ ഇനിയും ഗവേഷകരെ കാത്തുകിടക്കുന്നുണ്ട്. ഇവയിൽ ഏറ്റവും പഴയതാണ് ക്രിസ്തുവിനു മുമ്പ് മൂന്നൂറാമാണ്ടുവരെ പഴക്കമുള്ള ഉത്തമസംഖ്യ (പെർഫെക്ട് നമ്പർ) കളെക്കുറിച്ചുള്ളത്. പൈതഗോറിയന്മാരാണ് ഇത് ആദ്യമായി നിർവചിച്ചത്. സംഖ്യ കൂടാതെയുള്ള ഘടകങ്ങളുടെ തുകയ്ക്കു തുല്യമായ സംഖ്യകളാണ് ഇവ. 6(=1 + 2 + 3), 28 (1 + 2 + 4 + 7 + 14) എന്നിവ ഉദാഹരണങ്ങൾ. (ഇത്തരം ഏറ്റവും

ഗ്രിഗറി പെരൽമാൻ

ശ്രീനിവാസ വരദൻ

ചെറിയ സംഖ്യയായതിനാലാണ് ദൈവം ആറുദിവസം കൊണ്ട് പ്രപഞ്ചം സൃഷ്ടിച്ചതെന്ന ഒരു വിശ്വാസവും ചിലർക്കുണ്ടത്രെ!) ഇവകൂടാതെ 496, 8128 എന്നിവയും ഗ്രീക്കുകാർക്ക് അറിയാമായിരുന്നു. ഇന്ന് ഇത്തരം 40 സംഖ്യകളാണ് കണ്ടെത്താൻ കഴിഞ്ഞിട്ടുള്ളത്. ഇവയെല്ലാം ഇരട്ട സംഖ്യകളാണ്. ഇത്തരം ഒറ്റ സംഖ്യകളുണ്ടോ എന്ന് കണ്ടെത്താനായിട്ടില്ല!

8

സമകാലീന ഗണിതശാസ്ത്രം

രണ്ടാം ലോകമഹായുദ്ധത്തോടെ യുദ്ധതന്ത്രങ്ങളിൽ വന്ന വമ്പിച്ച മാറ്റം മറ്റ് ശാസ്ത്രശാഖകളെപ്പോലെ ഗണിതശാസ്ത്രത്തേയും സ്വാധീനിച്ചിട്ടുണ്ട്. ഈ യുദ്ധത്തിന്റെ ഉൽപ്പന്നമായ ഓപ്പറേഷൻസ് റിസർച്ച് തുടങ്ങിയവ സമാധാനകാലത്ത് മറ്റ് മേഖലകളിലും വമ്പിച്ച പ്രയോഗ സാധ്യതകൾ കണ്ടെത്തി. കമ്പ്യൂട്ടറുകളുടെ വികസനമാകട്ടെ അതിനോടനുബന്ധിച്ചുള്ള ഗണിതശാസ്ത്ര മേഖലകൾക്കും ഉത്തേജനം നൽകി. അന്നുവരെ അസാധ്യമെന്നു കരുതിയിരുന്ന പല ഗണിതശാസ്ത്ര പ്രശ്നങ്ങളുടെയും നിർദ്ധാരണം കമ്പ്യൂട്ടറുകൾ സാധ്യമാക്കി. പ്രയുക്ത ഗണിതശാസ്ത്ര ശാഖകളിലെ അരേഖീയ പ്രശ്നങ്ങളുടെ (നോൺ ലീനിയർ പ്രോബ്ലംസ്) കാര്യത്തിൽ ഇത് പ്രത്യേകം പ്രാധാന്യമർഹിക്കുന്നു.

ഇത്തരം പ്രശ്നങ്ങളുടെ നിർധാരണത്തിന് മൂന്ന് തലങ്ങളുണ്ട് - പഠനവിധേയമാക്കുന്ന പ്രശ്നത്തെ ഒരു ഗണിതശാസ്ത്ര പ്രശ്നമാക്കി മാറ്റുക (മാത്തമാറ്റിക്കൽ മോഡൽ ഉണ്ടാക്കുക). ഈ പ്രശ്നത്തിന്റെ നിർധാരണം, നിർധാരണ ഫലങ്ങളെ ആരംഭത്തിലെ പ്രശ്നവുമായി ബന്ധപ്പെടുത്തി വിശദീകരിക്കുക. മൂന്നാമത്തെ ഘട്ടത്തിൽ ആലേഖനങ്ങളും പട്ടികകളും ഉപയോഗപ്പെടുത്താറുണ്ട്. പല പ്രശ്നങ്ങളിലും മാതൃക ഉണ്ടാക്കുന്ന ഘട്ടത്തോടെ പ്രശ്നം ഉപേക്ഷിക്കേണ്ടി വന്നിരുന്നു; കാരണം വിശ്ലേഷണ രീതിയിൽ മുന്നോട്ടു പോകുക എന്നത് അരേഖീയ പ്രശ്നങ്ങളുടെ കാര്യത്തിൽ തുലോം ശ്രമകരമാണ്. ചില സങ്കൽപ്പങ്ങളുടെ അടിസ്ഥാനത്തിൽ പ്രശ്നങ്ങളെ രേഖീയമാക്കി കൈകാര്യം ചെയ്യുന്ന രീതിയാണ് ഇക്കാര്യത്തിൽ അവലംബിച്ചിരുന്നത്. മറ്റ് പല പ്രശ്നങ്ങളുടെയും കാര്യത്തിൽ മൂന്നാം ഘട്ടവും ഇതുപോലെ വിഷമം പിടിച്ചതായിരുന്നു.

കമ്പ്യൂട്ടറുകൾ ഈ മൂന്ന് ഘട്ടങ്ങളിലും വളരെ സഹായകമായി ത്തീർന്നിട്ടുണ്ട്. മാതൃകകൾ ഉണ്ടാക്കുന്ന മോഡലിംഗ് തന്നെ ഒരു ശാസ്ത്രശാഖയായി വികസിച്ചിട്ടുണ്ട്. രണ്ടാം ഘട്ടമായ നിർധാരണത്തി ലാകട്ടെ കമ്പ്യൂട്ടറുകൾ നിർധാരണ മൂല്യത്തിന്റെ നിർവചനം തന്നെ മാറ്റി കുറിച്ചിട്ടുണ്ട്. കാരണം വിശ്ലേഷണ രീതിയിൽ കിട്ടുന്ന ബീജീയ ചിഹ്ന ങ്ങൾ ഉൾക്കൊള്ളുന്ന നിർധാരണ മൂല്യങ്ങൾക്ക് പകരം ദത്തകൾക്ക് അനുസരിച്ചുള്ള സംഖ്യാ നിർധാരണ മൂല്യങ്ങൾ (ന്യൂമെറിക്കൽ സൊലൂ ഷൻസ്) ആണ് ലഭിക്കുന്നത്. പല പ്രശ്നങ്ങളുടെയും കാര്യത്തിൽ രണ്ടാം ഘട്ടത്തെ ഒഴിവാക്കി മൂന്നാം ഘട്ടത്തിലൂടെ പഠനവിധേയമായ സിസ്റ്റത്തിന്റെ പ്രവർത്തനം കാണിച്ചുതരുന്നതിന് കമ്പ്യൂട്ടറുകൾക്ക് കഴി ഞ്ഞിട്ടുണ്ട്. ഇതുകൂടാതെ ചില പ്രശ്നങ്ങളുടെ കാര്യത്തിൽ ഒരുപക്ഷേ താത്വിക വിശകലനത്തിന് ഒരിക്കലും പുറത്തുകൊണ്ടുവരാൻ സാധി ക്കാത്ത ചില പ്രതിഭാസങ്ങളെ വെളിച്ചത്തു കൊണ്ടുവരാനും കമ്പ്യൂട്ടർ ഉപയോഗിച്ചുള്ള പഠനത്തിനു സാധിച്ചിട്ടുണ്ട്. ഇത്തരം ഒരു ഗവേഷണ ത്തെക്കുറിച്ച് ചുരുക്കി പ്രതിപാദിക്കാം.

ഏകശൃംഗ തരംഗങ്ങൾ

കടലിലെ തിരമാലകൾ നമുക്കേവർക്കും സുപരിചിതമാണല്ലോ. തീര ത്ത് അണയുംതോറും അവയുടെ ഉയരം കൂടിവരുന്നതും 'കദനത്താൽ തേങ്ങുന്ന ഹൃദയവുമായി കരയിൽ തലതല്ലി' ഛിന്നഭിന്നമാകുന്നതും കടൽത്തീരത്തെ ഒരു സാധാരണ ദൃശ്യമാണ്. എന്നാൽ ഈ പ്രതിഭാസ ത്തിന്റെ ഗണിതശാസ്ത്ര അപഗ്രഥനം അത്ര നിസ്സാരമൊന്നുമല്ല.

1850 ൽ സ്കോട്ട് റസ്സൽ എന്ന ഒരു നാവികശാസ്ത്രജ്ഞൻ തികച്ചും ഭിന്നരൂപത്തിലുള്ള തിരമാലകൾ കണ്ടെത്തി - ഒരുതരത്തിലുള്ള രൂപമാറ്റവും സംഭവിക്കാതെ ജലോപരിതലത്തിൽ ഒറ്റയ്ക്ക് വേഗത്തിൽ സഞ്ചരിക്കുന്ന വെള്ളത്തിന്റെ ഒരു കൂമ്പാരം! ഇവയ്ക്ക് അദ്ദേഹം കൊടുത്ത പേരാണ് ഏകശൃംഗ തരംഗങ്ങൾ (സോളിറ്ററി വേവ്സ്). 19–ാം നൂറ്റാണ്ടിന്റെ അവസാനമായപ്പോഴേക്കും ഇത്തരം തരംഗങ്ങളെ പ്രതിനി ധാനം ചെയ്യുന്ന അവകലന സമീകരണവും കണ്ടുപിടിക്കപ്പെട്ടു (കോർട്ടേ വെഗ് - ഡെവ്രീസ് ഇക്വേഷൻ).

കഴിഞ്ഞ നൂറ്റാണ്ടിന്റെ ആറാം ദശകത്തിൽ സാബുസ്കീ, ക്രുസ്കൽ എന്നീ രണ്ട് ഗവേഷകർ ഈ സമീകരണത്തെ കമ്പ്യൂട്ടറിന്റെ സഹായ ത്തോടെ പഠനവിധേയമാക്കി. ഫലം തികച്ചും അപ്രതീക്ഷിതവും അതി മനോഹരവുമായിരുന്നു. ഇത്തരം രണ്ട് തരംഗങ്ങൾ കൂട്ടിമുട്ടിയെന്നിരി ക്കട്ടെ. സാമാന്യ ബുദ്ധിപ്രകാരം അവ രണ്ടും തകർന്ന് ഛിന്നഭിന്നമാക ണം. എന്നാൽ സാബുസ്കീയും ക്രുസ്കലും കണ്ടത് അവ സംഗമത്തി നുശേഷം ഒരു പരുക്കും പറ്റാതെ പുറത്തുവരുന്നതാണ്. രണ്ടുപേർ പര സ്പരം കണ്ടുമുട്ടി കുശലം പറഞ്ഞ് കൈകൊടുത്ത് പിരിയുംപോലെ! ഈ അത്ഭുതകരമായ ഗുണംമൂലം ഈ തരംഗങ്ങൾക്ക് ഒരു പ്രത്യേക പേര് നൽകപ്പെട്ടു - സോളിട്ടോണുകൾ.

ഫ്ളൂയിഡ് മെക്കാനിക്സിലെ വിക്ഷോഭം എന്ന പ്രതിഭാസത്തെക്കുറിച്ച് നേരത്തേ പരാമർശിച്ചിട്ടുണ്ട്. എന്നാൽ ഇത് ദ്രാവക, വാതകങ്ങളിൽ മാത്രം കാണുന്ന ഒരു പ്രതിഭാസമല്ല. സാമ്പത്തിക രംഗം തുടങ്ങി സാമൂഹ്യശാസ്ത്രങ്ങൾ കൈകാര്യം ചെയ്യുന്ന മേഖലകളിൽവരെ ഇത് ദൃശ്യമാണ്. കഴിഞ്ഞ നൂറ്റാണ്ടിന്റെ അറുപതുകളിൽതന്നെ കമ്പ്യൂട്ടർ പഠനഫലമായി ഉയർന്നുവന്ന കാവോസ് എന്ന ശാസ്ത്രശാഖ ഇവയെയെല്ലാം പഠനവിധേയമാക്കുന്നു.

കമ്പ്യൂട്ടറും ഗണിതശാസ്ത്രവും

സാധാരണയായി സാങ്കേതികവിദ്യകളിൽ നിന്ന് സാങ്കേതികശാസ്ത്രമുണ്ടാകുന്നു. ഈ സാങ്കേതിക ശാസ്ത്രം ആറ്റിക്കുറുക്കിയാണ് ശാസ്ത്രനിർമിതി. ഇതിന് അപവാദങ്ങൾ വളരെ കുറവാണ്. അവയിലൊന്നാണ് കമ്പ്യൂട്ടർ. ആദ്യത്തെ ആധുനിക കമ്പ്യൂട്ടറിന്റെ വിജയപ്രദമായ നിർമാണത്തിനുമുമ്പ് ഒരു നൂറ്റാണ്ടോളം നീണ്ടുനിന്ന ഗണിതശാസ്ത്ര പഠനങ്ങളുണ്ടായിരുന്നു എന്നുപറഞ്ഞാൽ പലർക്കും വിശ്വസിക്കാൻ കഴിഞ്ഞെന്നു വരില്ല. കാരണം സാങ്കേതികവിദ്യകൾ, എഞ്ചിനീയറിംഗ്, ശാസ്ത്രങ്ങൾ എന്നിവയുടെ പരസ്പരബന്ധത്തെക്കുറിച്ച് അത്രയും വികലമായ ധാരണകളാണ് നമ്മുടെ നാട്ടിൽ നിലനിൽക്കുന്നത്.

ഗോത്ത് ലോബ് ഫ്രെജെ

കമ്പ്യൂട്ടറിന്റെ ബീജാവാപം നടന്നത് 1854 ൽ ജോർജ് ബൂളിന്റെ *ചിന്തയുടെ നിയമങ്ങൾ* (*ലോവ്സ് ഓഫ് തോട്ട്*) എന്ന കൃതിയുടെ പ്രകാശനത്തോടെയാണ്. ഇദ്ദേഹത്തിന്റെ പേരിലുള്ള ബൂളിയൻ ബീജഗണിതം യഥാർഥത്തിൽ ഭാഷകളുടെ അടിസ്ഥാന കണികകളുപയോഗിച്ചുള്ള നിർമിതികളുടെ അർഥവിജ്ഞാനീയം (സിൻടാക്സ്) തന്നെയാണ്. ബർട്രാൻഡ് റസ്സലും ഗോത്ത് ലോബ് ഫ്രെജെയും ഇത് തർക്കശാസ്ത്രത്തിന്റെ മേഖലയിലേക്ക് വ്യാപിപ്പിക്കുന്നതിൽ വിജയിച്ചു.

ട്യൂറിങ്ങ് യന്ത്രങ്ങൾ

ഹിൽബർട്ട് പ്രശ്നങ്ങളിൽ പ്രധാനപ്പെട്ട ഒന്നാണ് 1928 ൽ ബോളോഗ്നയിൽ നടന്ന ഗണിതശാസ്ത്രജ്ഞരുടെ സമ്മേളനത്തിൽ അവതരിക്കപ്പെട്ട ഹിൽബർട്ടിന്റെ പത്താമത്തെ പ്രശ്നം. 'വിധിപ്രശ്നം' (ഡിസിഷൻ

പ്രോബ്ലം) എന്ന പേരിലറിയപ്പെടുന്ന ഇതിലെ ചോദ്യം താഴെ കൊടുക്കുന്നു :

> തന്നിട്ടുള്ള ഒരു പ്രസ്താവന ഒരുകൂട്ടം ഉപപത്തികളിൽനിന്ന് നിഗമന രീതിയിൽ എത്താവുന്നതാണോ എന്നു പരിശോധിക്കുവാനുള്ള ഒരു കലനവിധി (ആൾഗരിതം) കണ്ടെത്താനാവുമോ?

ഈ പ്രശ്നത്തിന്റെ പ്രാധാന്യത്തിന്റെ ഒരു വശം മാത്രം സൂചിപ്പിക്കാം. ശാസ്ത്രങ്ങളെ മുഴുവൻ പ്രമാണവൽക്കരിക്കുക എന്നത് ഹിൽബർട്ടിന്റെ ഒരു സ്വപ്നമായിരുന്നു. ഈ പ്രശ്നത്തിൽ പറയുന്നപോലെയുള്ള ഒരു ആൾഗരിതമുണ്ടെന്നിരിക്കട്ടെ, ശാസ്ത്രജ്ഞർക്ക് പരമസുഖമായി. പ്രഭാതകൃത്യങ്ങൾ കഴിഞ്ഞ് സുഖമായി പ്രമാണങ്ങളുടേയും പ്രമേയങ്ങളുടേയും സൃഷ്ടിയിൽ മുഴുകാം, ആൾഗരിതമുപയോഗിച്ച് പരിശോധനയും!

എമിൽ ലിയോൺ പോസ്റ്റ്

എന്നാൽ ഹിൽബർട്ട് ഈ പ്രശ്നമുന്നയിച്ചതിനും ഒരു പശ്ചാത്തലമുണ്ടായിരുന്നു. ഭാഷയിൽ അവ്യയങ്ങളുടെ കാര്യത്തിൽ ഇത്തരമൊരു ശ്രമത്തിൽ എമിൽ പോസ്റ്റ് വിജയം കണ്ടെത്തിയിരുന്നു. ഇതിന്റെ തർക്കശാസ്ത്രമേഖലയിലെ സാമാന്യവൽക്കരണമാണ് അദ്ദേഹം ഉദ്ദേശിച്ചിരുന്നത്.

ഈ പ്രശ്നത്തിന് 1936 ൽ രണ്ടുപേർ സ്വതന്ത്രമായി ഉത്തരം കണ്ടെത്തി – അമേരിക്കക്കാരനായ അലോൻ സൊചർച്ചും ഇംഗ്ലീഷുകാരനായ അലൻ ട്യൂറിങ്ങും. ഉത്തരം ഇല്ല എന്നായിരുന്നു. (അതിനാൽ തന്നെ തെളിയിക്കാൻ വളരെ വിഷമം പിടിച്ചതുമായിരുന്നു). ഇതിൽ ട്യൂറിങ്ങിന്റേതാണ് കൂടുതൽ സ്വീകാര്യമായി കണക്കാക്കപ്പെടുന്നത്. ഇതിനായി ട്യൂറിങ്ങ് ഒരു സാങ്കൽപ്പിക യന്ത്രം വിഭാവനം ചെയ്തു. ഇതാണ് ട്യൂറിങ്യന്ത്രം എന്ന പേരിൽ അറിയപ്പെടുന്നത്. ഈ യന്ത്രം സകലവിധ സാദ്ധ്യതകളെയും പരിശോധിച്ചാണ് നിഷേധാത്മകമായ ഉത്തരത്തിൽ എത്തിച്ചേർന്നത്. ഇതാണ് പിന്നീട് ആധുനിക കമ്പ്യൂട്ടറുകളുടെ രൂപകൽപ്പനയുടെ മാതൃക (മോഡൽ) ആയത്.

യഥാർഥ കമ്പ്യൂട്ടറുകളുടെ നിർമാണത്തിന് ഗണിതശാസ്ത്രം മാത്രം പോരായിരുന്നു. അതിനാൽ വാൾട്ടർ പിറ്റ്സ് എന്ന ഗണിതശാസ്ത്രജ്ഞനെ കൂടാതെ വാറൻ മാക്കുള്ളോക് എന്ന നാഡീരോഗ വിദഗ്ധനും (ന്യൂറോഫിസിയോളജിസ്റ്റ്) ഇതിൽ സഹകരിച്ചിരുന്നു. ഇവർ 1943–ൽ

അലോൻസൊ ചർച്ച്

അലൻ ട്യൂറിങ്ങ്

മനുഷ്യന്റെ നാഡീവ്യൂഹത്തിന്റെ ഒരു മാതൃക ഉണ്ടാക്കുന്നതിലും വിജയിച്ചു. ഇതിനെ വൈദ്യുത പരിപഥ(സർക്യൂട്ട്)ങ്ങൾ ഉപയോഗിച്ച് യാഥാർഥ്യമാക്കാമെന്നും അവർ കണ്ടെത്തി.

ട്യൂറിങ്ങിന്റെ ഈ ഗവേഷണ കാലത്ത് കമ്പ്യൂട്ടറുകൾ കണ്ടുപിടിക്കപ്പെട്ടു കഴിഞ്ഞിരുന്നില്ലെന്ന് പറയേണ്ടതില്ലല്ലോ. (ചാൾസ് ബാബേജിന്റെ കണക്കുകൂട്ടുന്ന യന്ത്രം മാത്രമായിരുന്നു അന്ന് ചരിത്രത്തിൽ ഉണ്ടായിരുന്നത്). എന്നാൽ പിന്നീടു കണ്ടുപിടിക്കപ്പെട്ട കമ്പ്യൂട്ടറുകൾ അദ്ദേഹത്തിന്റെ ഭാവനക്ക് അനുസൃതമായിരുന്നു. അദ്ദേഹം പ്രയോഗിച്ച രീതി 'വിരാമപ്രശ്നം' (ഹാൾട്ടിങ് പ്രോബ്ലം) എന്ന, തർക്കശാസ്ത്രപ്രശ്നങ്ങളുടെ നിർധാരണത്തിലുപയോഗിച്ചിരുന്നതായിരുന്നു. തന്റെ ജോലി പൂർത്തിയായാൽ യന്ത്രം നിൽക്കുന്നു (വിരമിക്കുന്നു). ജോലി പൂർത്തിയാക്കാൻ എത്രകാലം എടുക്കുന്നു എന്നത് പ്രശ്നമല്ല. അതിനാൽ ഈ സാങ്കൽപ്പികയന്ത്രം പണി പൂർത്തിയാക്കുമോ എന്നത് ഒരു പ്രായോഗിക പ്രശ്നമല്ല; താത്വിക പ്രശ്നമായതിനാൽ ഗണിതശാസ്ത്രപരമായി മാത്രമെ ഉത്തരം കണ്ടെത്താനാവൂ!

ഹിൽബർട്ടിന്റെ, ഒരു തരത്തിൽ അവ്യക്തമെന്നു തന്നെ പറയാവുന്ന, പ്രശ്നത്തിന് വ്യക്തമായ ഒരു ഉത്തരം കണ്ടെത്താൻ കഴിഞ്ഞു എന്നതു തന്നെ ഒരു അത്ഭുതമായിരുന്നു. ഇതിനായി ട്യൂറിങ്ങിന് കലനവിധിക്കു തന്നെ വ്യക്തമായ ഒരു നിർവചനം കൊടുക്കേണ്ടിവന്നു. തിരിഞ്ഞുനോക്കുമ്പോൾ ട്യൂറിങ്ങിന്റെ നിർവചനം വളരെ നിസ്സാരമാണ്:

"ഏതെങ്കിലുമൊരു പ്രോഗ്രാം ഭാഷ ഉപയോഗിച്ച് കമ്പ്യൂട്ടർ ഭാഷയിലേക്ക് മൊഴിമാറ്റം ചെയ്യാവുന്ന ഒരു ക്രിയാപദ്ധതിയാണ് ഒരു കലനവിധി അഥവാ ആൾഗരിതം."

കമ്പ്യൂട്ടർ ഉപയോഗിച്ചുള്ള തെളിവുകൾ

ഗണിതശാസ്ത്ര പ്രമേയങ്ങൾ തെളിയിക്കുന്നത് തികച്ചും യുക്തി

യുടെ മാത്രം സഹായത്തോടെയാണെന്ന് നാം കണ്ടതാണല്ലോ. സംഖ്യകൾ ഉപയോഗിച്ചുള്ള ക്രിയകൾ ഗണിതശാസ്ത്രത്തിന്റെ ഒരുഭാഗം മാത്രമേ ആകുന്നുള്ളു എന്നും നാം കണ്ടതാണ്. മാത്രമല്ല നാം തുടക്കത്തിൽ പ്രസ്താവിച്ച ഗണിതശാസ്ത്രത്തെക്കുറിച്ചുള്ള സങ്കൽപ്പം – അത് രൂപത്തെയും ഉള്ളടക്കത്തെയും കുറിച്ചുള്ള പഠനമായതിനാൽ ജ്യാമിതിയും അങ്കഗണിതവുമാണ് അതിന്റെ അടിത്തറ എന്ന വിശ്വാസവും – കാന്റർ, റസ്സൽ തുടങ്ങിയവർ പിഴുതെറിഞ്ഞു. അതേസമയം പ്രാചീന കാലം മുതൽ ഉത്തരം കിട്ടാത്തവയും പുതിയതായി ഉയർന്നുവന്നവയുമായ കുറേപ്രശ്നങ്ങൾ ഈ പരമ്പരാഗത രീതിക്ക് പിടികൊടുക്കാതെ കുതറിമാറിക്കൊണ്ടിരുന്നു. അങ്കഗണിത–ജ്യാമിതീയ ക്രിയകൾക്കാകട്ടെ ശക്തമായ കമ്പ്യൂട്ടറുകൾ ലഭ്യമാവുകയും ചെയ്തു. ഈ അവസരത്തിലാണ് കമ്പ്യൂട്ടർ ഉപയോഗിച്ചുള്ള തെളിവുകൾ എന്ന ഒരു പുതിയ ആശയം ഉയർന്നുവന്നത്. നമുക്ക് ഒരു ഉദാഹരണത്തിലൂടെ ഇതു വിശദീകരിക്കാം.

'നാലു വർണങ്ങളുടെ പ്രശ്നം' (ഫോർ കളർ പ്രോബ്ലം) എന്ന പേരിൽ ഗണിതശാസ്ത്ര ലോകത്ത് അറിയപ്പെടുന്ന പ്രശ്നമാണ് ഇവിടെ പരിഗണിക്കുന്നത്. ഈ പ്രശ്നം വളരെ പ്രശസ്തമായതിനാൽ അതിന്റെ സൂക്ഷ്മാംശങ്ങളിലേക്ക് കടക്കുന്നില്ല.

ഒരു ഭൂപടത്തിൽ വിവിധ ഭൂവിഭാഗങ്ങൾ വേർതിരിക്കുന്നതിന് ഓരോന്നിനും പ്രത്യേക നിറങ്ങൾ നൽകാറുണ്ടല്ലോ? എന്നാൽ ഇവയെല്ലാം തികച്ചും വ്യത്യസ്തങ്ങളായിരിക്കണമെന്നില്ലെന്നതും വ്യക്തമാണല്ലോ? ഉദാഹരണത്തിന് കേരളത്തിന്റെ വിവിധ ജില്ലകൾ ഒരു ഭൂപടത്തിൽ അടയാളപ്പെടുത്താൻ വയനാടിനും എറണാകുളത്തിനും തിരുവനന്തപുരത്തിനും വ്യത്യസ്ത നിറങ്ങൾ വേണമെന്നില്ലല്ലോ? അടുത്തടുത്തു കിടക്കുന്ന ജില്ലകൾക്ക് വ്യത്യസ്ത നിറങ്ങൾ കൊടുക്കണമെന്നു മാത്രം.

ഇങ്ങനെ ചുരുങ്ങിയത് എത്ര നിറങ്ങൾ വേണമെന്നത് ഭൂപടത്തിനെ മാത്രം ആശ്രയിക്കുന്നതായി ഒറ്റനോട്ടത്തിൽ തോന്നാം. എന്നാൽ ഏതൊരു ഭൂപടത്തിനും നിറംകൊടുക്കാൻ ചുരുങ്ങിയത് എത്ര വ്യത്യസ്ത നിറങ്ങൾ വേണമെന്നത് ഒരു ഗണിതശാസ്ത്ര പ്രശ്നമായി ഉയർത്തിയതാണ് 'നാലു നിറങ്ങളുടെ പ്രശ്നം.'

1852–ലെ ഒരുദിവസം ഇംഗ്ലണ്ടിന്റെ ഒരു ഭൂപടത്തിന് നിറങ്ങൾ കൊടുത്തുകൊണ്ടിരിക്കുമ്പോഴാണ് ഈ പ്രശ്നം ഫ്രാൻസിസ് ഗത്രിയുടെ ശ്രദ്ധയിൽ പെട്ടത്. ഭൂപടം ഏതുമാകട്ടെ നാലുനിറങ്ങൾ മതി എന്ന അദ്ദേഹത്തിന്റെ അനുമാനത്തെ 'നാലുനിറങ്ങളുടെ അനുമാനം' (ഫോർ കളർ കൺചക്ചർ) എന്നു പറയുന്നു.

അന്നു മുതൽ ഇതിന്റെ ശരി–തെറ്റ് തെളിയിക്കാനുള്ള ശ്രമങ്ങൾ തുടങ്ങിയിട്ടുണ്ട്. ആൾഫ്രഡ് കെംപെ 1879–ൽ മുന്നോട്ടുവെച്ച തെളിവ് തെറ്റാണെന്ന് വീണ്ടുമൊരു പതിനൊന്നു വർഷങ്ങൾക്കുശേഷം പേഴ്സി ഹീ വുഡ് കണ്ടെത്തി – അഞ്ചുനിറങ്ങൾ മതി എന്നു മാത്രമാണ് കെംപെയുടെ ഗവേഷണത്തിൽ നിന്നു സിദ്ധിച്ചത് എന്ന് അദ്ദേഹം ചൂണ്ടിക്കാട്ടി.

രണ്ടു ഭൂവിഭാഗങ്ങൾ മാത്രമുള്ള ഒരു ഭൂപടത്തിന് നിറം കൊടുക്കാൻ വിഷമമില്ല. ജ്യാമിതീയമായും ഇവയെ ഒരു രേഖയോ വൃത്തമോ വേർതിരിക്കുന്നതായി കണക്കാക്കാമല്ലോ? എന്നാൽ ഒരേ അതിർത്തിയുള്ള മൂന്നു ഭൂവിഭാഗങ്ങളാവുമ്പോഴേക്കും പ്രശ്നം സങ്കീർണമാകുന്നു.

ഒരു ഭൂവിഭാഗം ചതുർഭുജ രൂപത്തിലാണെന്നിരിക്കട്ടെ. അതായത് അതിന് മറ്റു നാലു ഭൂവിഭാഗങ്ങളുമായി അതിർത്തികളുണ്ടെന്നിരിക്കട്ടെ. ഇതിനെ നമുക്ക് പരസ്പരം ഖണ്ഡിക്കുന്ന രണ്ടു രേഖകളെക്കൊണ്ട് ചിത്രീകരിക്കാം – നടുക്കുള്ള ഭൂവിഭാഗം ഒരു ബിന്ദുവിലേക്ക് ചുരുങ്ങുമെന്നു മാത്രം. എന്നാൽ പഞ്ചഭുജമാണെങ്കിൽ പ്രശ്നം കുറച്ചുകൂടി കുഴയുന്നു.

ഫ്രാൻസിസ് ഗത്രി ഈ പ്രശ്നം അവതരിപ്പിച്ചതു തന്നെ ഏറ്റവും സാമാന്യരൂപത്തിലല്ല. അതായത് കുറേ സങ്കീർണതകൾ ഒഴിവാക്കി. അതേസമയം തീരെ ലഘൂകരിച്ചുമില്ല. ഉദാഹരണമായി ഭൂവിഭാഗങ്ങൾ തമ്മിലുള്ള അതിർത്തി ഒരു ബിന്ദുവാകരുത്. കാരണം ഈ ബിന്ദുവിൽ പൊതു അതിർത്തിയുള്ള ഭൂവിഭാഗങ്ങളുടെ എണ്ണം അപരിമിതം (ഇൻഫിനിറ്റ്) ആകാനുള്ള സാധ്യതയുണ്ടല്ലോ? എന്നാൽ രണ്ടു ഭാഗങ്ങൾ മാത്രമുള്ള തരത്തിൽ തീരെ ലളിതവുമല്ല.

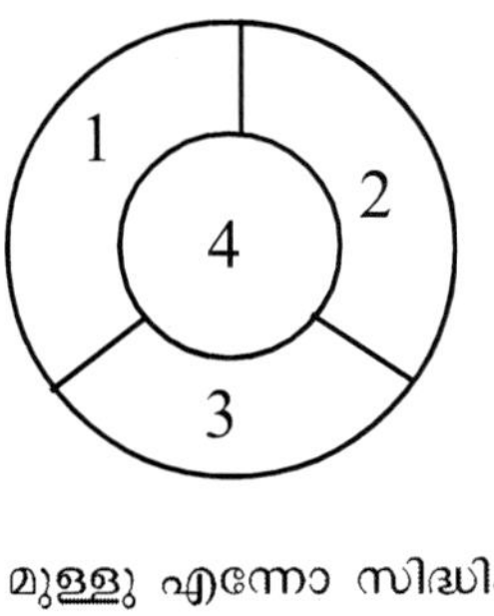

ഈ നിലയ്ക്ക് ചുരുങ്ങിയത് നാലു നിറങ്ങൾ വേണമെന്നത് ചിത്രത്തിൽ നിന്ന് വ്യക്തമാകും. നാലു ഭൂവിഭാഗങ്ങളുള്ള ഈ ചിത്രത്തിൽ ഓരോന്നിനും മറ്റു മൂന്നെണ്ണവുമായും അതിർത്തികളുണ്ട്. ഇതിനു സമാനമായി ഓരോന്നിനും മറ്റു നാലു ഭൂവിഭാഗങ്ങളുമായി അതിർത്തികളുള്ള അഞ്ച് ഭൂവിഭാഗങ്ങൾ എന്ന ഒരു സ്ഥിതിവിശേഷം അസാധ്യമാണെന്ന് അഗസ്റ്റസ് ദെ മോർഗൻ തെളിയിച്ചു.

എന്നാൽ ഇതുകൊണ്ട് അഞ്ചുനിറങ്ങൾ ആവശ്യമില്ലെന്നോ, നാലു നിറങ്ങളെ ആവശ്യമുള്ളു എന്നോ സിദ്ധിക്കുന്നില്ല.

ഇത്തരം രീതികൾ ഉപയോഗിച്ച് നൂറോളം പ്രദേശങ്ങളുള്ള ഭൂപടങ്ങളുടെ കാര്യത്തിൽ അനുമാനം തെളിയിക്കാൻ വിവിധ ഗവേഷകർക്കു കഴിഞ്ഞു. എന്നാൽ അന്തിമ വിജയം നേടാനായത് കെന്നത്ത് അപ്പൽ, വോൾഫാങ്ങ് ഹാകെൻ എന്നിവർക്കാണ് – 1976 ൽ.

എന്നാൽ ഇവർ തെളിയിക്കാൻ ഉപയോഗിച്ച രീതിയാണ് പ്രധാനം. ഒരുതരത്തിലും ഒഴിവാക്കാനാവാത്ത 1482 തരം ഭൂപടങ്ങൾ അവർക്ക് പരിഗണിക്കേണ്ടിവന്നു. ഇതു ചെയ്യാൻ മനുഷ്യന്റെ ബുദ്ധിശക്തി മാത്രം അപര്യാപ്തമാണ്. കാരണം കമ്പ്യൂട്ടറിന്റെ തന്നെ 1200 മണിക്കൂർ പ്രവൃത്തി സമയം ഇതിന് ആവശ്യമായിവന്നു – കമ്പ്യൂട്ടറിന്റെ അമ്പതു ദിവസം തുടർച്ചയായുള്ള പ്രവർത്തനം!

ഗവേഷണഫലം പ്രസിദ്ധീകരണത്തിനായി 'ഇല്ലിനോയ് ജേർണൽ ഓഫ് മാത്തമാറ്റിക്സിന്' സമർപ്പിച്ചപ്പോൾ അവർ മറ്റൊരു പ്രോഗ്രാമും കമ്പ്യൂട്ടറുമുപയോഗിച്ച് ഇതു പരിശോധിച്ചു നോക്കി സ്വയം ബോധ്യപ്പെടുകയുണ്ടായത്രെ. എന്നാൽ ഇത് ചില ദാർശനിക പ്രശ്നങ്ങൾ ഉയർത്തി.

സാധാരണയായി കമ്പ്യൂട്ടറുകൾ പ്രശ്നങ്ങളുടെ സംഖ്യാപരമായ നിർധാരണത്തിനാണ് (ന്യൂമറിക്കൽ സൊലൂഷൻ) ഉപയോഗിക്കാറ്. അതിനാൽ പ്രത്യേക ദത്തകൾക്ക് (ഡാറ്റ) പ്രമേയം ശരിയാണെന്നു തെളിയിക്കപ്പെടുന്നതുകൊണ്ടുമാത്രം കമ്പ്യൂട്ടർ ഉപയോഗിച്ചുള്ള തെളിവുകളെ ഗണിതശാസ്ത്രപരമായ തെളിവുകളായി കണക്കാക്കാറില്ല.

എന്നാൽ അപ്പലും സുഹൃത്തും ഇവിടെ ചെയ്തത് ഇത്തരം സംഖ്യാപരമായ നിർധാരണമല്ല. സമയ പരിമിതിമൂലം മനുഷ്യന് ദുഷ്കരമായ ഒരു പ്രവൃത്തി ചെയ്യാൻ കമ്പ്യൂട്ടറിനെ ചുമതലപ്പെടുത്തുക മാത്രമാണ് അവർ ചെയ്തത്. അതിനാൽ അവരുടെ ഗവേഷണം തികച്ചും നിഗമന രീതി ഉപയോഗിച്ചുള്ളതു തന്നെയായിരുന്നു. തങ്ങൾ ചെയ്യാനുദ്ദേശിച്ച രീതിയിൽതന്നെ മുന്നോട്ടു പോകുവാൻ കമ്പ്യൂട്ടറിന് കൃത്യമായ നിർദേശങ്ങൾ നൽകി വേഗതയിൽ തങ്ങൾക്കുള്ള (ഏതൊരു മനുഷ്യനുമുള്ള) പരിമിതി മറികടക്കുക മാത്രമാണ് അവർ ചെയ്തത്.

ഒരുകാലത്ത് ഈ പ്രശ്നത്തിന് ഇതിനേക്കാൾ ലളിതമായ തെളിവ് കണ്ടെത്തിയെന്നുവരാം. എന്നാൽ ഇത് ഒരു പുതിയ കാലഘട്ടത്തിന്റെ നാന്ദികുറിക്കുന്നതായും കണക്കാക്കാം – കമ്പ്യൂട്ടറുകളുടെ സഹായത്തോടെയല്ലാതെ തെളിയിക്കാൻ കഴിയാത്ത കൂടുതൽ കൂടുതൽ പ്രമേയങ്ങൾ ഉയർന്നുവരുന്നതിന്റെ സൂചന!

കമ്പ്യൂട്ടർ ഉപയോഗിച്ച് കഴിഞ്ഞ നൂറ്റാണ്ടിൽ തെളിയിച്ച മറ്റു രണ്ടു പ്രമേയങ്ങളാണ് കെപ്ലർ, മെർട്ടെൻസ് എന്നിവരുടെ പേരുകളിലുള്ള രണ്ട് അനുമാനങ്ങൾ. ഇതിൽ രണ്ടാമത്തേത് തെറ്റാണെന്നാണ് തെളിയിക്കപ്പെട്ടത്.

ഗണിതശാസ്ത്ര ഒളിമ്പ്യാട്

കായികമത്സരങ്ങളാൽ ലോകത്തിനു മുഴുവൻ ഹരം പകർന്ന ചൈനീസ് ഒളിമ്പിക്സ് കഴിഞ്ഞിട്ട് അധികമായില്ല. സ്വർണമെഡലടക്കം നേടിയ ഇന്ത്യൻ കായികതാരങ്ങളുടെ രൂപം നമ്മുടെ മനസിൽ നിന്ന് ഇനിയും മാഞ്ഞിട്ടില്ല. എന്നാൽ വിവിധ ശാസ്ത്രവിഷയങ്ങളിൽ മത്സരം നടക്കുന്ന ശാസ്ത്രഒളിമ്പ്യാടുകൾ ഉണ്ടെന്ന കാര്യം അറിയാത്തവരായിരിക്കും നമ്മിൽ അധികംപേരും. ഈ മത്സരം ആരംഭിച്ചതാകട്ടെ ഗണിതശാസ്ത്രത്തിലാണുതാനും.

ദേശീയ ഗണിതശാസ്ത്ര മത്സരങ്ങൾ പല രാജ്യങ്ങളിലും പത്തൊമ്പതാം നൂറ്റാണ്ടിന്റെ അവസാനത്തിൽ തന്നെ ആരംഭിക്കയുണ്ടായി. എന്നാൽ അന്താരാഷ്ട്ര ഗണിതശാസ്ത്ര ഒളിമ്പ്യാടിന്റെ ആരംഭം 1955 ൽ നിലവിൽവന്ന കമ്യൂണിസ്റ്റു രാജ്യങ്ങളുടെ വാഴ്സാസഖ്യത്തിന്റെ നേതൃ

ത്വത്തിലായിരുന്നു. 1959 ൽ റുമേനിയയിൽ നടന്ന ആദ്യത്തെ ഒളിമ്പ്യാടിൽ ഒമ്പതുരാജ്യങ്ങൾ പങ്കെടുത്തു.

ഈ ഒളിമ്പ്യാട് വിദ്യാർഥികൾക്കുള്ള ഒരു മത്സരപരീക്ഷയാണ്. ജന്മസിദ്ധമായ കഴിവുകൾ ഉത്തേജിപ്പിക്കാനുദ്ദേശിച്ചുള്ള ഇത് കോളേജ് പ്രവേശനത്തിനു മുമ്പുള്ള കുട്ടികളെയാണ് നോട്ടമിട്ടിരിക്കുന്നത്. അതിനാൽതന്നെ കലനം, വിശ്ലേഷണം തുടങ്ങിയ ഗണിതശാസ്ത്രത്തിന്റെ ഉന്നത ശാഖകളുടെ സഹായമില്ലാതെ ചെയ്യാവുന്ന ചോദ്യങ്ങളേ ഉൾക്കൊള്ളിക്കാറുള്ളു.

ഗണിതശാസ്ത്ര ഒളിമ്പ്യാട് ആരംഭം മുതൽ എല്ലാ വർഷവും (1980 ഒഴികെ) മുടങ്ങാതെ എല്ലാ വർഷവും നടന്നുവരുന്നുണ്ട്. ആദ്യകാലത്ത് കമ്യൂണിസ്റ്റ് രാജ്യങ്ങൾ മാത്രം പങ്കെടുത്തിരുന്ന ഇത് 1960–കളിൽ ഐക്യരാഷ്ട്ര സഭയുടെ വിദ്യാഭ്യാസ വ്യാപന പരിപാടിയുടെ ഭാഗമായതോടെ മറ്റു രാജ്യങ്ങളും പങ്കെടുക്കാൻ തുടങ്ങി. മാത്രമല്ല മറ്റു ശാസ്ത്രശാഖകളിലും ഒളിമ്പ്യാടുകൾ ആരംഭിക്കയും ചെയ്തു. ഇന്ന് പതിനഞ്ചു വയസിനു താഴെ പ്രായമുള്ള കുട്ടികളെ ഉദ്ദേശിച്ചുള്ള ജൂനിയർ സയിൻസ് ഒളിമ്പ്യാട് (ജെ എസ് ഒ) ഉൾപ്പെടെ പന്ത്രണ്ടു വിഷയങ്ങളിൽ ഈ മത്സരങ്ങൾ ആഗോളതലത്തിൽ നടക്കുന്നുണ്ട്.

ഇന്ത്യ 1986 മുതൽ ഗണിതശാസ്ത്ര ഒളിമ്പ്യാടിൽ പങ്കെടുക്കുന്നുണ്ടെന്നു മാത്രമല്ല 1996 ൽ ആതിഥ്യമരുളുകയും ചെയ്തു.

ഒളിമ്പ്യാട് മത്സരം വിവിധ തട്ടുകളിലായാണ് നടക്കുന്നത്. ഓരോ രാജ്യത്തും പ്രാദേശിക തലത്തിൽ നടക്കുന്ന മത്സരത്തിൽ വിജയിക്കുന്നവരിൽ നിന്ന് ദേശീയ മത്സരം വഴിയാണ് അവസാന മത്സരത്തിനുള്ള കുട്ടികളെ തെരഞ്ഞെടുക്കുന്നത്.

വിവിധ ഒളിമ്പ്യാടു മത്സരങ്ങളിൽ, ഗണിതശാസ്ത്രത്തിന്റേതു മാത്രമാണ് ഇന്ത്യയിൽ ഗവൺമെന്റിന്റെ നേതൃത്വത്തിൽ നടക്കുന്നത്. അണുശക്തി വകുപ്പിന്റെ (ഡി എ ഇ) കീഴിലുള്ള ഗണിതശാസ്ത്രത്തിനുള്ള ദേശീയസമിതി (എൻ ബി എച്ച് എം, നാഷണൽ ബോർഡ് ഫോർ ഹയർ മാത്തമാറ്റിക്സ്) ആണ് ഇതിന്റെ മേൽനോട്ടം വഹിക്കുന്നത്. വിവിധ സംസ്ഥാനങ്ങളിൽ പ്രാദേശിക മത്സരങ്ങൾ സംഘടിപ്പിക്കുന്നതിന് കോ ഓർഡിനേറ്റർമാരെ നിയമിച്ചിട്ടുണ്ട്. കേരളത്തിൽ 1990 മുതൽ റീജിയണൽ മാത്തമാറ്റിക്സ് ഒളിമ്പ്യാട് മത്സരങ്ങൾ നടന്നുവരുന്നുണ്ട്. കൊച്ചി ശാസ്ത്രസാങ്കേതിക സർവകലാശാലയുടെ ഗണിതശാസ്ത്ര വിഭാഗമാണ് ഇതിന് മേൽനോട്ടം വഹിക്കുന്നത് – ഡോ. എ വിജയകുമാറിന്റെ നേതൃത്വത്തിൽ.

സ്കൂൾവിദ്യാഭ്യാസകാലത്ത് ഒളിമ്പ്യാടിൽ മെഡലുകൾ നേടിയ പലരും പിൽക്കാലത്ത് ഫീൽഡ്സ് മെഡലടക്കമുള്ള ഉന്നത ബഹുമതികൾക്ക് അർഹരായിട്ടുണ്ട്. ഗണിതശാസ്ത്ര ഒളിമ്പ്യാടിൽ സ്വർണമെഡൽ നേടിയ ഏറ്റവും പ്രായം കുറഞ്ഞ ആൾ ടെറൻസ് ടാഒ എന്ന ആസ്ട്രേലിയക്കാരനാണ്. പതിമൂന്നാം വയസിൽ ഒളിമ്പ്യാട് മെഡൽ നേടിയ ഇദ്ദേഹം പിന്നീട് ഫീൽഡ്സ് മെഡലും നേടി.

നമ്മുടെ മുഖ്യധാരാ വിദ്യാഭ്യാസത്തിന്റെ നേതൃത്വം ഈ മത്സര പരീക്ഷകളെക്കുറിച്ച് ഇന്നും വേണ്ടത്ര ബോധവാന്മാരല്ല എന്നത് ഒരു ദുഃഖ സത്യമാണ്. അതുപോലെതന്നെയാണ് തങ്ങളുടെ കുട്ടികളുടെ സർഗാത്മകവാസനകളെ അറിഞ്ഞ് പ്രോത്സാഹിപ്പിക്കാൻ ഉത്സുകരായ മാതാപിതാക്കളും.

ഘടനകൾ

ഗണസിദ്ധാന്തം 19–ാം നൂറ്റാണ്ടിന്റെ അന്ത്യത്തിലെ രൂപാന്തരണ കൽപ്പനയുടെ (റിഡക്ഷനിസ്റ്റ് കൺസെപ്റ്റ്) അന്തിമഫലമാണ് – ജ്യാമിതിയെ ബീജഗണിതത്തിലേക്കും വിശ്ലേഷണത്തിലേക്കും (ഡെക്കാർത്തേ), വിശ്ലേഷണത്തെ അങ്കഗണിതത്തിലേക്കും, (ഗൗസ്, കോഷി, വെയ്സ്ട്രാസ് തുടങ്ങിയവർ) അങ്കഗണിതത്തിൽതന്നെ തർക്കശാസ്ത്രത്തിലേക്കും യുക്തിപൂർവമായ വിശകലനത്തിലൂടെ രൂപാന്തരീകരിച്ചതിന്റെ. എന്നാൽ ഇത്തരം ബൗദ്ധികവ്യാപാരം സാഹിത്യ വിമർശനത്തിന്റെ അതേ പരിമിതികൾ ഉൾക്കൊള്ളുന്നു. അതായത് സാധാരണക്കാരേക്കാൾ വിദഗ്ധർക്കാണ് ഇതിൽ താൽപ്പര്യം; ഗണിതശാസ്ത്രജ്ഞരേക്കാൾ തർക്കശാസ്ത്രജ്ഞർക്ക്.

ഗണിതശാസ്ത്രജ്ഞരെ സംബന്ധിച്ചിടത്തോളം ഗണസിദ്ധാന്തത്തിന് രണ്ട് ന്യൂനതകൾ ഉണ്ടായിരുന്നു – ഇപ്പോഴുമുണ്ട്. ഒന്നാമത് ആപേക്ഷികതാ സിദ്ധാന്തം ന്യൂട്ടന്റെ ബലതന്ത്രത്തെ അപ്രസക്തമാക്കാത്തതുപോലെ ഗണസിദ്ധാന്തത്തിന് ദൈനംദിന ഗണിതശാസ്ത്ര പ്രയോഗത്തിൽ, പ്രയുക്ത ഗണിതശാസ്ത്രത്തിന്റെ പല മേഖലകളിൽപോലും, കാര്യമായ പ്രസക്തിയൊന്നും നേടാനായിട്ടില്ല. ഉദാഹരണമായി നാം എണ്ണുമ്പോൾ എണ്ണൽസംഖ്യകളുടെ പൂർണ അർഥം ഉൾക്കൊണ്ടൊന്നുമല്ല ആ പ്രവൃത്തി ചെയ്യുന്നത്. നമ്മുടെ പരിമിതമായ ആവശ്യത്തിന് മാത്രമേ അവിടെ പ്രസക്തിയുള്ളൂ.

രണ്ടാമതായി ഗണസിദ്ധാന്തത്തിലെ വിരോധാഭാസങ്ങൾ പ്രായോഗിക ഗണിതശാസ്ത്രജ്ഞന്മാരെ അത്ര വേവലാതിപ്പെടുത്തിയിട്ടൊന്നുമില്ല. ഉദാഹരണമായി ഒരു സാധാരണ ഗണിതശാസ്ത്രജ്ഞന് സെർമെലോ–ഫ്രാങ്കൽ സിദ്ധാന്തമെല്ലാം തികച്ചും അപ്രസക്തമായ ഒരു പ്രശ്നത്തിനുള്ള സങ്കീർണമായ ഒരു പരിഹാരം മാത്രമാണ്.

ചുരുക്കത്തിൽ പ്രായോഗിക ഗണിതശാസ്ത്രത്തിന് ഗണസിദ്ധാന്തത്തിൽനിന്ന് രണ്ട് പ്രയോജനങ്ങളാണ് സിദ്ധിച്ചത് – ഇവ പ്രമാണവൽക്കരണത്തിൽ നിന്ന് സ്വതന്ത്രമാണെങ്കിലും. ഒന്നാമത് അപരിമിത ഗണങ്ങളുടെ സിദ്ധാന്തം. രണ്ടാമതായി കൂടുതൽ കൂടുതൽ അമൂർത്തമായിക്കൊണ്ടിരുന്ന ഗണിതശാസ്ത്രത്തിന് അനുയോജ്യമായ ഒരു ഭാഷയും.

ഈ പശ്ചാത്തലത്തിലാണ് 1930–കളിൽ ഒരുകൂട്ടം ഫ്രഞ്ച് ഗണിതശാസ്ത്രജ്ഞർ ഒരു പുതിയ ആശയവുമായി മുന്നോട്ടുവന്നത്. നിക്കോ

ളാസ് ബോർബാക്കി എന്ന ഒരു പൊതു (ഗ്രന്ഥകാര) നാമധേയത്തിൽ ഗണിതശാസ്ത്രത്തെ മുഴുവൻ ആകർഷകമായ രീതിയിൽ പുനഃസൃഷ്ടിക്കാനുള്ള ഒരു തീരുമാനമായിരുന്നു ഇത്. ഇവർ അവലംബിച്ച രീതി ലോജിക്കൽ എന്നതിനേക്കാൾ ഘടനാപരമായ ഒരു വിശ്ലേഷണരീതിയായിരുന്നു. ഈ ഒരു ആശയം മുൻനിർത്തി ഗണിതശാസ്ത്രത്തിൽ അന്ന് നിലവിലുണ്ടായിരുന്ന എല്ലാ ശാഖകളേയും ഏകോപിപ്പിച്ച് യൂക്ലിഡിനെ അനുസ്മരിപ്പിക്കത്തക്കവണ്ണം *ഗണിതശാസ്ത്രത്തിന്റെ മൂലതത്വങ്ങൾ (എലിമെന്റ്സ് ഓഫ് മാത്തമാറ്റിക്സ്)* എന്ന പേരാണ് അനേകം വാല്യങ്ങളുള്ള ഈ കൃതിക്ക് അവർ സ്വീകരിച്ചത്. ഒന്നാം വാല്യം 1939 ൽ പുറത്തിറങ്ങി. ആദ്യത്തെ ആറ് വാല്യങ്ങൾ ഗണിതശാസ്ത്രത്തിന്റെ അടിത്തറയെ കുറിച്ചുള്ളതായിരുന്നു. ഇതിൽ ഒന്നാമത്തേത് മാത്രമാണ് ഗണത്തെക്കുറിച്ചുള്ളത്. 1949 ൽ പ്രസിദ്ധീകരിച്ച ഒരു ലേഖനത്തിൽ ബോർബാക്കി തങ്ങളുടെ ദർശനം വിശദമാക്കി. ഗണിതശാസ്ത്രം മുഴുവൻ ഘടന എന്ന ഒരു സങ്കൽപ്പത്തിന്മേൽ പടുത്തുയർത്താമെന്ന് അവർ അവകാശപ്പെട്ടു.

ഘടനയെ ഒരു ഉദാഹരണത്തിലൂടെ വിശദമാക്കാം. ഗണസിദ്ധാന്തത്തിൽ സംഖ്യകളും അവയുടെ ക്രിയകളും കൃത്രിമമായി നിർവചിക്കപ്പെടുകയാണ് – ഗണങ്ങൾ തമ്മിലുള്ള ക്രിയകൾ എന്ന രീതിയിൽ. എന്നാൽ ബോർബാക്കിയിൽ വാസ്തവിക സംഖ്യകളും അവ തമ്മിലുള്ള പരസ്പര ബന്ധങ്ങളും ക്രിയകളുമെല്ലാം നിർവചിച്ചുകൊണ്ടാണ് ആരംഭം. ഇവയുടെ വിശേഷഗുണങ്ങളെല്ലാം അമൂർത്തമായും ലക്ഷണീകരിക്കപ്പെടുന്നു (ക്യാരക്ടറൈസേഷൻ). വാസ്തവിക സംഖ്യകൾ എന്നാൽ ഒരു ഗണമാണ്. ഇതിൽ രണ്ട് ക്രിയകൾ നിർവചിക്കപ്പെട്ടിട്ടുണ്ട്. മാത്രമല്ല വിശേഷഗുണങ്ങളുള്ള 0, 1 എന്നിങ്ങനെ പ്രത്യേക രണ്ട് അംഗങ്ങളുമുണ്ട്. ചുരുക്കത്തിൽ ഇത് ക്ഷേത്രങ്ങളുടെ (ഫീൽഡ്) ഒരു ഉദാഹരണം മാത്രമാണ്.

രണ്ടാമതായി സംഖ്യകളുടെ ക്രമബന്ധങ്ങളുടെ (ഓർഡർ റിലേഷൻസ്) വിശദീകരണമാണ്. രണ്ട് സംഖ്യകൾ തമ്മിൽ നമുക്ക് താരതമ്യം ചെയ്യാം, ഏത് രണ്ട് സംഖ്യകൾ എടുത്താലും ഇടയ്ക്ക് മൂന്നാമതൊരെണ്ണത്തെ കണ്ടെത്താം തുടങ്ങി. ഇതെല്ലാം ഒരു ക്രമിത ഘടന (ഓർഡേർഡ് സ്ട്രക്ചർ) നിർവചിക്കുന്നു.

മൂന്നാമതായി ഓരോരോ സംഖ്യകളും പ്രത്യേകം പ്രത്യേകമായല്ല പരിഗണിക്കപ്പെടുന്നത് – അവ തമ്മിലുള്ള ബന്ധങ്ങളാണ്. അഥവാ ഓരോ സാംഖ്യയുടെയും പ്രതിവേശം (നെയ്ബർഹുഡ്) ആണ്. ഇവയെല്ലാം ഒരു സംസ്ഥിതീയ ഘടന(സ്പേഷ്യൽ സ്ട്രക്ചർ)യിലേക്ക് നയിക്കുന്നു.

ഈ മൂന്ന് ഘടനകളേയും സംയോജിപ്പിച്ച് മറ്റു ബീജീയ ഘടനകൾക്ക് രൂപംനൽകാം. ഇവ ക്രമിത ബീജീയ ഘടനകൾ (ഓർഡേഡ് ആൽജിബ്രയിക് സ്ട്രക്ചേഴ്സ്), സംസ്ഥിതീയ ബീജീയ ഘടനകൾ (ടോ

പ്പോളജിക്കൽ ആൾജിബ്രയിക് സ്ട്രക്ചേഴ്സ്) എന്നിവയിലേക്ക് നയിക്കുന്നു.

ഘടനകൾ ബോർബാക്കിക്കു മുമ്പുമുണ്ടായിരുന്നു. പുതിയതായി അവർ ചെയ്തത് അവയെ ഗണിതശാസ്ത്രത്തിന്റെ രൂപവൽക്കരണത്തിന് ഉപയോഗിക്കുക എന്നതാണ്. ആദ്യകാലത്തെ അങ്കഗണിതം, ബീജഗണിതം, ജ്യാമിതി, വിശ്ലേഷണം എന്ന വിഭജനത്തിനു പകരം സംസ്ഥിതി, സംസ്ഥിതീയ ബീജഗണിതം, ബീജീയ ജ്യാമിതി തുടങ്ങിയ ആധുനിക വിഭജനത്തിൽ ബോർബാക്കിയുടെ സ്വാധീനം കാണാം. മാത്രമല്ല ഇത് ഗണ സിദ്ധാന്തത്തിൽനിന്ന് മുന്നോട്ടുള്ള കാൽവയ്പുമായിരുന്നു.

സമാനവർഗങ്ങൾ

ഗണസിദ്ധാന്തം ഉപയോഗിച്ചുള്ള രൂപകൽപ്പനകൾ മിക്ക സന്ദർഭങ്ങളിലും തൃപ്തികരമായിരുന്നെങ്കിലും ചില അവസരങ്ങളിൽ അവയുടെ ന്യൂനതകളും പ്രത്യക്ഷപ്പെടാൻ തുടങ്ങി.

സംഖ്യകൾ പോലെ മൂർത്ത ഉദാഹരണങ്ങളിൽനിന്ന് ഒരു അമൂർത്ത ഘടനയിലേക്ക് പോകുമ്പോൾ അതിന്റെ പല പ്രത്യേകതകളും നഷ്ടപ്പെടുന്നുണ്ട്. വളരെ അപൂർവം സന്ദർഭങ്ങളിൽ മാത്രമാണ് ഒരു ഘടന കേവലം ഒരു സങ്കൽപ്പത്തിന്റെ മാത്രം ഉദാഹരണമാകുന്നത്. പലതിനേയും ഒരേസമയം പ്രതിനിധീകരിക്കുമ്പോൾ ഓരോന്നിന്റേയും പ്രത്യേക ഗുണവിശേഷങ്ങൾക്ക് മങ്ങലേൽക്കുന്നു. ഇതിനൊരു പരിഹാരം ഈ പ്രക്രിയയെ പുറകോട്ടുകൊണ്ടുപോയി ഒരു പ്രത്യേക ഘടനയിൽപ്പെടുന്ന ഉദാഹരണങ്ങളെ ഒന്നിച്ചു പരിഗണിക്കുക എന്നതായിരുന്നു. ഇത്തരം ഘടനയെ പരിപാലിക്കുന്ന (ഇൻവേരിയന്റ്) എല്ലാ ഏകദങ്ങളും പരിഗണിക്കുക. ഇതാണ് 1945 ൽ സാമുവൽ എയ്‌ലൻബർഗ്, സോണ്ടേഴ്സ് മാക്‌ലേയ്ൻ എന്നിവർ മുന്നോട്ടുവെച്ച സമാനവർഗം (കാറ്റഗറി) എന്ന

സാമുവൽ എയ്‌ലൻബർഗ്

സോണ്ടേഴ്സ് മാക്‌ലേയ്ൻ

ആശയത്തിന്റെ സത്ത്. ഇതൊരുതരത്തിൽ ഘടന എന്ന ആശയത്തിന്റെ പരിപൂരകമായിരുന്നു. കാരണം എയ്‌ലൻബർഗ് ബോർബാക്കി സംഘത്തിലേയും ഒരു അംഗമായിരുന്നു – ഫ്രഞ്ചുകാരനല്ലാത്ത ഒരേ ഒരംഗം. ഇദ്ദേഹത്തിന് 1986–ൽ വോൾഫ് പുരസ്കാരം ലഭിക്കുകയുമുണ്ടായി.

ഇതിനെ നമുക്ക് മറ്റൊരു വിധത്തിൽ നോക്കിക്കാണാം. വിവിധ ഗണിതശാസ്ത്ര ശാഖകളിൽ സമാനസങ്കൽപ്പങ്ങളുണ്ട്. ഉദാഹരണമായി സംസ്ഥിതിയിൽ നാം വിവിധ ഗണങ്ങൾ തമ്മിലുള്ള അഖണ്ഡ ഏകദങ്ങൾ പരിഗണിക്കുന്നു, ജ്യാമിതിയിൽ വിവിധ രൂപങ്ങളുടെ സർവസമത്വം, ബീജഗണിത രൂപങ്ങളുടെ കാര്യത്തിൽ സമരൂപത (ഐസോ മോർഫിസം) എന്നിങ്ങനെ. സമാനവർഗ സിദ്ധാന്തം ഇത്തരം വിവിധ ഗണിതശാസ്ത്രശാഖകൾക്ക് പൊതുവായുള്ള ഗുണവിശേഷങ്ങളെയാണ് പഠനവിധേയമാക്കുന്നത് – ചുരുക്കത്തിൽ വിവിധ ശാഖകളുടെ ഏകീകരണമാണ് ലക്ഷ്യമാക്കുന്നത്.

ഘടനകളിൽനിന്ന് സമാനവർഗങ്ങളിലേക്കുള്ള പ്രയാണത്തിൽ ഒരു അമൂർത്തവൽക്കരണം കൂടി ആവശ്യമുണ്ട്; ഒരു വർഗത്തിലെ വിവിധ ഘടനകൾക്ക് പൊതുവായുള്ളതെന്തെന്നുകൂടി മനസിലാക്കി അവയെ വേർതിരിച്ചെടുക്കൽ. ഉദാഹരണമായി ഒരുകൂട്ടം ഗണങ്ങളും അവയെ ബന്ധിപ്പിക്കുന്ന ഏകദങ്ങളും പരിഗണിക്കുന്നെന്നിരിക്കട്ടെ. ഇവിടെ ഗണങ്ങളോ അവയിലെ അംഗങ്ങളോ അല്ല പ്രധാനം – അവ തമ്മിലുള്ള ബന്ധമാണ്. ഈ ബന്ധങ്ങളെ പരിഗണിക്കുമ്പോൾ ഗണങ്ങൾ പിന്നോട്ടു തള്ളപ്പെടുന്നു. ഇത്തരത്തിൽ ഗണിതശാസ്ത്രം കാന്ററിന്റെ ഗണങ്ങളിൽ നിന്നുകൂടി മോചിപ്പിക്കപ്പെടുന്നു. അഥവാ ഗണിതശാസ്ത്രത്തിന്റെ അടിത്തറ ഗണങ്ങളല്ല ഏകദങ്ങളും അവയുടെ സംയോജന രീതികളുമാണെന്ന് വരുന്നു. ഗണങ്ങളും അവ തമ്മിലുള്ള ഏകദങ്ങളും സമാന വർഗങ്ങളുടെ ഒരു ഉദാഹരണം മാത്രമാണ്. ഇവയുടെ ഗുണവിശേഷങ്ങളെ സമാന വർഗങ്ങളുടെ ഭാഷയിൽ മാറ്റി എഴുതിയാൽ മാത്രംമതി, ഗണസിദ്ധാന്തത്തെ മൊത്തം സമാനവർഗ സിദ്ധാന്തമാക്കാൻ. ഇത്തരം ഒരു പദ്ധതി വില്യം ലോറൻസ് 1964 ൽ പൂർത്തിയാക്കി.

ലാംഡ കലനം

ഏതായാലും പേടിപ്പെടുത്തിക്കൊണ്ടിരുന്ന വിരോധാഭാസങ്ങളിൽനിന്ന് വ്യത്യസ്തമായി ഘടനകൾ, സമാനവർഗങ്ങൾ എന്നിവയിൽ ഗണിതശാസ്ത്രജ്ഞന്മാർ തങ്ങളോട് സൗഹൃദം പുലർത്തുന്ന രൂപങ്ങൾ കണ്ടെത്തി. എന്നാൽ ഇവപോലും ഗണിതശാസ്ത്രത്തെ ആശ്രയിക്കുന്ന കമ്പ്യൂട്ടർ ശാസ്ത്രജ്ഞന്മാർക്ക് ആശ്വാസമേകാൻ പര്യാപ്തമായില്ല. ഇവർക്കുവേണ്ടി മറ്റൊരു സിദ്ധാന്തം കണ്ടെത്തേണ്ടിവന്നു. അതാണ് 1933 ൽ അലൻസൊ ചർച്ച് മുന്നോട്ടുവെച്ച ലാംഡ കലനം (ലാംഡ കാൽക്കുലസ്). ഇത് കാന്ററുടേയും ഫ്രെജെയുടെയും സിദ്ധാന്തങ്ങൾക്ക് സമാന

മാണ്. ഗണങ്ങൾക്ക് പകരം ഏകദങ്ങളാണ് പ്രതിപാദ്യമെന്നു മാത്രം. ഗണത്തിലെ ഒരംഗത്തിന് സമാനമായി ഏകദത്തിന്റെ ഒരു ചരം എന്നിങ്ങനെ പോകുന്നു. അകൃത്രിമ ഗണസിദ്ധാന്തത്തിന് പകരം അകൃത്രിമ ഏകദ സിദ്ധാന്തം (നെയ്വ് ഫങ്ഷൻ തിയറി) എന്നു മാത്രം.

ഘടനകളും, സമാനവർഗങ്ങളും ലാംഡ കലനവുമെല്ലാം ഉയർന്നുവരാനുണ്ടായ സാഹചര്യങ്ങളിൽനിന്ന് ഒരു കാര്യം വ്യക്തമാണ്; ഭാവിയിൽ പ്രത്യക്ഷപ്പെടുന്ന പല പ്രതിഭാസങ്ങളുടെയും പഠനത്തിന് ഇന്നുള്ള സങ്കേതങ്ങൾ പോരാതെവരും. ന്യൂനതകൾ മനസിലാക്കി അവയ്ക്കു പരിഹാരം തേടുമ്പോൾ പുതിയ സങ്കൽപ്പങ്ങളും സങ്കേതങ്ങളും ഉയർന്നുവരും. ഈ പ്രക്രിയ അവിരാമം തുടർന്നുകൊണ്ടേയിരിക്കും.